Kinachofanya kujitolea kufunga kwa siku arobaini kuwe kwa aina ya kipekee ni kuwa haihitaji mtu kutokula chakula. Badala yake, niliongozwa kusalimisha chochote kilichosababisha mkwaruzo katika uhusiano wangu na Mungu. Hayo yalikuwa mawazo yangu. Nimezoea kuburudisha mawazo hasi yaliyo kinyume cha namna Mungu anavyonitazama. Ingawa mchakato wa kujisalimisha ulikuwa mgumu, ibada za kila siku na faraja kutoka kwa watu wengine kumenisaidia kufanya upya mawazo yangu. Hadi leo hii, ninarejelea kufunga kwa kujisalimisha ninapotaka kukumbushwa ya kwamba ninaweza fanya mambo yote katika Kristo. -VANESSA S.

Sijawahi fanya kufunga kulio kwa kusisimua na tuzo pia. Nilidhani nilikuwa tu nasalimisha kinywaji laini nipendacho zaidi, lakini katika mwisho mwa kufunga, nilijifunza ya kuwa nilikuwa nimesalimisha mapenzi yangu kwa Mungu. Kwa neema ya Mungu, nilikufa mwenyewe na kuinuliwa kutoka nyumba ya ufungwa wa jinamizi na kujitegemea. Sasa, badala ya "kukaa" katika imani, ninakaa kwenye karamu ya imani miguu yangu ikiwa mbali kabisa na ardhi. Kwa sababu nimejisalimu, Mungu sasa ndiye chanzo cha matarajio yangu yote. -LESLIE D.

Kujisalimisha kufunga kwa siku arobaini kumebadilisha maisha yangu. Wakati nilipofunga, ombi langu moja lililokuwa limesimama kwa muda mrefu lilijibiwa. - nilianza kufundisha kama profesa wa muda katika chuo kikuu cha mtaa! Pia wakati huo, nilibarikiwa kuchukua mtindo/modeli ya kujisalimisha kufunga kwa siku arobaini kwa zaidi ya watu mia tatu (300) waliojitolea katika wizara ya jela. Pamoja, tulijisalimisha kidogo kufunga kwa siku nane (8) tukiwa na matumaini ya kwamba Mungu angeinua huduma hiyo. Siku baada ya siku, tuliona wizara ya jela ikibadilishwa na maisha kubarikiwa. Kwa haya na sababu zingine, ninashukuru kwa sababu ya kufunga huku. Ni kwa sababu hiyo nina maono wazi na dhamira kuu ya kutimiza mpango kamili wa Mungu. -SYLVIA H.

Nilivutiwa na wazo la kujisalimisha kwa siku arobaini lakini sikuwa na uhakika ya ni kwa nini ningeifanya. Nilimtafuta Bwana naye akanielekeza kusalimisha moyo wangu. Nina shida ya moyo – mshtuko wa moyo katika mwaka wa 1993 na kupitishwa mara mbili katika upasuaji wa moyo mnamo mwaka wa 2001. Baada ya hapo nilifanya mabadiliko makubwa ya maisha, lakini Mungu alitaka zaidi. "Unataka kupata afya ya ' kimwili ' ya moyo lakini nautaka MOYO wako! "Hapo nikajua ni kwa nini kujisalimisha kufunga kwa siku arobaini kulikuwa muhimu. Wakati wa kozi ya kufunga, Bwana alihudumia mahitaji na tamaa zake. Ipasavyo, ninaruhusu mpango wake kamili kufunua maisha yangu. -WANDA J.

Bado ninashangaa na kile Mungu Alifanya katika siku arobaini (40)! Nilipojifunga na runinga, jambo kuu lilitendeka. Miaka minne iliyopita, nilianza kutumia dawa kwa ajili ya kulala na kwa haraka nikatawaliwa na dawa hizo. Wakati wa kufunga, nilipoendelea kutumia muda zaidi na Mungu, naye Akawa amani yangu, nilianza kulala bila dawa. Katika Siku ya mwisho ya kujisalimisha kufunga kwa siku arobaini, nilitupa dawa hizo zote chooni. Nimeokolewa kabisa kwa sababu ya kusalimisha mapenzi yangu kwa Mungu. -KIMBERLY A.

SIKU AROBAINI - 40

Kujisalimisha Kufunga

Mwongozo wa kuachilia mipango, kuweka upya mawazo ya kiakili na kurejesha upya maisha yako.

Celeste C. Owens, Uzamivu (PhD)

Good Success Publishing

©2011 na Celeste Owens. Haki zote zimehifadhiwa

Hakuna kipande chochote cha kitabu hiki kinahitaji kutolewa tena, kuhifadhiwa kwa mfumo wa kurudisha tena ama kusambaza kwa njia yoyote bila ruhusa/ idhini ya mwandishi

Ilichapishwa kwanza na Kampuni ya kuchapisha ya Mafanikio Mazuri (Good Success Publishing)

ISBN: (sc)
ISBN: (e)

Maktaba ya Kongamano la kidhibiti idadi/ nambari:

Kimechapishiwa katika Umoja wa Kimataifa wa Marekani
Kilima cha oxon, Maryland

Kitabu hiki kimechapishwa kwa karatasi isiyo na asidi.

Maandiko yote, nukuu, isipokuwa kama imeelezewa vingine, yametolewa kutoka kwa matoleo ya Yakobo, Mfalme mpya (New King James version).
Haki ya nakala © 1982 na Thomas Nelson, Inc yalitumika na ruhusa. Haki zote zimehifadhiwa.

Kitabu hiki kimetolewa kwa wanabloga Zaidi ya mia moja (100) waliothubutu kujiamrisha.

YALIYOMO

Kukiri	ix
Utangulizi	1
Maandalizi kabla ya kufunga	3
Hebu Mungu atende jambo jipya	3
Kujisalimisha kufunga ni nini?	5
Ujasiri/ushujaa	7
Kwa nini siku 40 (Arobaini)?	11
Ni gumu	13
Siku ya 1 Kutarajia yasiyotarajiwa	15
Siku ya 2 Muda, Jitihada, Tuzo	17
Siku ya 3 Kujenga na kuanza upya	19
Siku ya 4 Upande mwingine	21
Siku ya 5 Itakuja kupita	23
Siku ya 6 Binafsi Muda na Mungu	25
Siku ya 7 Binafsi Muda na Mungu	27
Siku ya 8 Kuanzisha Imani yako	29
Siku ya 9 Kuombea adui wako	33
Siku ya 10 Umuhimu wa kuanza upya	35
Siku ya 11 Ni mimi wa pekee	37
Siku ya 12 Rafiki ya Mungu	39
Siku ya 13 Binafsi Muda na Mungu	41
Siku ya 14 Binafsi Muda na Mungu	43
Siku ya 15 Nimetangaza vita!	45
Siku ya 16 Binadamu wa ajabu	49
Siku ya 17 Mungu aliye ndani yangu	51

Siku ya 18	Msingi wa mahusiano bora	53
Siku ya 19	Bado nimejisalimisha	57
Siku ya 20	Binafsi Muda na Mungu	61
Siku ya 21	Binafsi Muda na Mungu	63
Siku ya 22	Pangusa vumbi kutoka kwa ndoto zako	65
Siku ya 23	Mafanikio yako yaja	69
Siku ya 24	Ombi Lililojibiwa	73
Siku ya 25	Wafu Wataishi	75
Siku ya 26	Kilicho changu ni changu	79
Siku ya 27	Binafsi Muda na Mungu	83
Siku ya 28	Binafsi Muda na Mungu	85
Siku ya 29	Mungu wa yasiyowezekana	87
Siku ya 30	Wakati mdogo unahitajika	91
Siku ya 31	Neema na utukufu	93
Siku ya 32	Tenda kama uko karibu kwenda	97
Siku ya 33	Ahadi	101
Siku ya 34	Binafsi Muda na Mungu	103
Siku ya 35	Binafsi Muda na Mungu	105
Siku ya 36	Hakuna vichocheo tena	107
Siku ya 37	Kataa Kukataliwa	111
Siku ya 38	Unyenyekevu kama wa mtoto	113
Siku ya 39	Msubiri Bwana	115
Siku ya 40	Mungu ametenda jambo jipya	119
Nyongeza A	Mwongozo wa kujisalimisha kufunga	121

KUKIRI

Kwa Mungu: Asante kwa kuniruhusu kuwa nawe katika safari hii nzuri. Najua mazuri bado yaja.

Kwa Andel: Asante sana kwa upendo wako, uvumilizi na msaada usioisha.

Kwa Andel Jr. na Aaliyah: Nyinyi ni viumbe vyema. Ninaomba ya kuwa mtaishi maisha yaliyosalimishwa kwa Mungu na yatakayotimiza wito alionao Mungu maishani mwenu.

Kwa Donald na Malinda Chisholm: Nyinyi ni wazazi bora msichana anaweza pata. Asante kwa kuishi maisha ya uadilifu yaliyoonyesha imani thabiti kati ya changamoto zenu. Upendo na msaada wenu katika miaka yote umenifanya niwe jinsi nilivyo leo.

Kwa ndugu zangu: Hadi leo hii sipendi kulea mtoto kwa sababu yenu (kicheko) lakini kuwa nanyi maishani mwangu kumeleta thamani kwa maumivu yote ya mapema ya moyo.

Kwa familia ya kanisa langu (Kanisa la kwanza la kibaptisti la GLENARDEN): Nyote mmekuwa baraka kwangu. Shukrani za pekee kwa Mchungaji John K. Jenkins Sr. na Mwanamke wa Kwanza Trina Jenkins. Siwezi sema vya kutosha jinsi imekuwa vyema kufuata mfano wenu mwema.. Asante kwa yote mtendayo ili kusaidia huduma hii. Pia, ninaenda nje nikiwa na imani na nimetiwa moyo na wanachama wengi kama Waziri Willie Jolley aliyenihimiza/ kunitia moyo kuchapisha kitabu changu; Allison Johnson ambaye aliunda neno "kujisalimisha kufunga;" na Michelle Singletary ambaye alichukua nafasi kwangu na kunionyesha wazi maji yasiyo na mkataba.

Kwa Brandy na Nicole: Hii imekuwa safari. Asanti kwa kujiunga nami kila jumatatu katika sala zetu za wiki. Wakati huo ndio umeniwezesha kupata haya.

Kwa waandishi wandu wote": Candyce Anderson, Tonya Brewington, Tanya Bryant, Yaphet Bryant, Chanelle Chisholm, Latricia Chisholm, Gina Davis, Stephanie Davis, Sylvia Huntley, Tyra Kingsland, Wanda Scales, naYolanda Simpson. Asante kwa usaidizi wenu!

Kwa Chris: Asante kwa kuniazima ubunifu wako wa uchapishaji. Mungu aweze kubariki uchapishaji wa YAV.

Kwa Maria: Maono yako ya mswada wangu yalikuwa ya kusaidia kabisa. Kama mwandishi ambaye bado hajachapisha, haikuwa lazima ufanye hivyo. Kwa hivyo nashukuru kwa sababu ya jitihada zako. Nakutakia mafanikio mema ukiwa pamoja na wanawake wengine wa wakala wa vitabu na fasihi.

Kwa Carolyn, Jonesie, Kim, na Stephanie: Asante kwa kunitia moyo. Klabu yetu ndogo ya vitabu imefanya mabadiliko makubwa maishani mwangu.

UTANGULIZI

Karibu mwisho wa 2010,(elfu mbili na kumi) takribani ya watu 100 (mia moja) walijiunga nami katika kufunga kwa ushirika. Haikuwa kufunga kule kwa kawaida – kwa muda mdogo na kwa haraka, ilikuwa ni kufunga ambako Mungu alikuwa ameteua na kubariki. Kwa hivyo tukatii na kujisalimu.

Sikuwa mgeni kwa mchakato huu; blogu ya 2010 ilionyesha mara yangu ya tatu ya kufunga kwa siku arobaini. Ilikuwa mara ya kwanza kuacha/kujisalimu kula aina nyingine ya chakula. Kwa miaka mingi, Roho Mtakatifu alinishauri kuhusu tabia yangu ya kula. Hata kama nilijua umuhimu wa lishe bora kutokana na vitabu mbalimbali ninavyosoma kuhusu mlo na lishe bora, niliendelea kula vyakula ambavyo havikuwa vya kujenga mwili wangu. Hata hivyo, katika sehemu ya kwanza ya 2010, kwa msaada wa Mungu, niliweza kuondoa chakula kisicho na afya kutoka kwa mlo wangu kwa siku 40 (arubaini) naye Akafanya muujiza. Utasikia zaidi juu ya mabadiliko hayo katika sehemu za baadaye za kitabu hiki.

Kufunga kwangu kwa pili kulikuwa ni kutokana na "ubinafsi/kujipenda" Kwa siku 40, niliitumikia familia yangu bila malalamshi ila kwa moyo mkunjufu. Kupitia kwa kusoma neno la Mungu, vitabu vingine vya wakristo na maombi, moyo wangu ulibadilika na nikaanza kupa kipa umbele familia yangu.

Mara ya tatu na ya mwisho ya kujifunga katika mwaka wa 2010 kuliwekwa kwenye blogu kutoka septemba 6 (sita) hadi Oktoba 22. Ibada ifuatayo ndiyo tunda la kufunga huko. Sijabadilisha sana maandishi ya hapo awali kwani niliona ni muhimu usome maneno ambayo Mungu alitupa bila kuyasahihisha. Natumai kuwa unahisi ya kwamba unajifunga vyema pamoja nasi na pia utanufaika pakubwa. Mimi ni shahidi ya kwamba ukifuata kufunga huku kwa uaminifu na ukweli, kutabadilisha maisha yako. Hivyo bila wasiwasi zaidi, karibuni kwa kufunga kwa kujisalimisha.

Mwongozo wa kujifunga

1. Tafuteni Mungu kwa ajili ya uongozi. Omba na umuulize Mungu kile angetaka usalimu kwa muda wa siku 40. Kwa mfano, baadhi ya watu wamejifunga kutokana na ubinafsi, chakula kilicho na mafuta mengi, hofu, televisheni/runinga, muziki wa kidunia, na / au wivu..
2. Soma sehemu ya maandalizi ya kabla ya kufunga. Hii inaweza kusomwa katika kikao kimoja au idadi fulani ya siku. Tafakari juu ya kila ujumbe na andika maana ile Mungu anasema nawe.
3. Anza siku 40 za kufunga. Anza kila siku kwa maombi, soma neno, na ibada hii (ambayo ni makundi yaliyounganishwa kwa siku tano). Kuwa na uhakika wa kujibu maswali ya kibinafsi ya kutafakari katika mwisho wa kila posti iliyoundwa ili kukushirikisha zaidi na mchakato huu. Pia, soma maandiko yanayohusiana na eneo lako la kujisalimisha. Kwa mfano, kama unataka kuacha majadiliano hasi, soma maandiko yanayohusiana na ulimi, kulalamika, kusengenya, upuuzi na kadhalika. Mwisho, tumia mwisho wa wiki yako kusoma chochote Mungu anajaalia moyoni mwako.
4. Uliza rafiki ajifunge nawe. Kuwa na mtu mwingine au watu watakaopatikana kwa uwajibikaji na kutia moyo husaidia sana. Watu wengi ambao wamejifunga wamefanya hivyo wakiwa pamoja angalau na mtu mwingine.
5. Furahia safari. Usiwe mgumu kwako mwenyewe wakati wa siku 40. Kutembea karibu na Mungu ndiyo lengo wala si kuwa mkamilifu. Kwa hiyo, mtafute kwa moyo wako wote, salimisha mapenzi yako kwake na mwaangalie akitenda miujiza maishani mwako.

MAANDALIZI KABLA YA KUFUNGA

Hebu Mungu atende jambo jipya

Unaweza kuwa unashindwa, "Celeste ana nia ipi hadi sasa?" Sina nia yoyote, ni Mungu. Kwa siku chache zijazo, atakuita ufanye jambo ambalo hukuwa umefikiria na kisha Akuongoze katika mwendo wa maisha yako.

Kama baadhi yenu mjuavyo, mwaka huu wote nimekuwa nyumbani. Mwishoni mwa mwaka wa 2009, Mungu aliniita niache yote niliyoyajua; mazoezi ya kibinafsi, kuzungumza, kuandika, majukumu ya wizara na nienda mahali angeweza kufichua. Niliweza kugundua kwamba eneo ambalo hakuwa amefichua lilikuwa ni nyumba yangu! Hivyo mwanzoni mwa 2010, nikajikuta nyumbani nikiwa na wadogo wangu wawili na muda mwingi wa kuwa pamoja na Mungu. Ni lazima nikubali kuwa nilihoji mpango wa Mungu mara ya kwanza, lakini nikiangalia nyuma kwa kipindi cha miezi tisa iliyopita, ninashukuru kwamba alielekeza mwendo wa maisha yangu na kunibadilisha katika njia isiyotarajiwa kabisa. Sasa anataka kufanya hivyo kwako.

Mungu anakuita kufanya kitu tofauti –pia utoke nje ya eneo lako la faraja. Usipinge na usiwe au kufanya hofu ikukataze kupata kile amekuhifadhia. Isaya 43: 18-19 inasema:

Usikumbuke mambo ya zamani,
Wala kufikiria mambo yaliyozeeka
Tazama, nitafanya jambo jipya,
Na itamwagika nje;
Je, hutalijua?
Nitaweka barabara katika jangwa
Na mito nyikani.

Ndio. Mungu aweza na atakufanyia hivyo. Una hamu gani ya siri katika moyo wako? Anaijua lakini hawezi songa bila ushirikiano wako na kujisalimisha kabisa kwa matakwa yako. Hapo ndipo kufunga huingilia. Kwa wiki ijao, utaamua utakachosalimisha kwa Mungu kwa siku 40 zijazo. Tutaanza pamoja safari hiyo Jumatatu hii.

Nimefunga mara mbili kwa siku arobaini tangu Aprili. Kila wakati hufunga na watu wengine (km, kufunga ya ushirika) na tumebadilishwa kwa namna yakimiujiza. Wakati huu Mungu ameniita niifanye pamoja nawe kwa njia ya blogu. Nitaelezea Zaidi kesho.

Les Brown husema, Ukitaka huu uwe muongo wako, lazima uwe jasiri na usukume maisha. "Usiache mwaka ukiwa namna ulivyokuwa. Mambo ya awali yamebadilika. Mungu anataka jambo jipya kwako.

Tafakari Za Kibinafsi

1. Ni jinsi gani Roho anakuzungumzia? Tafakari juu ya Isaya 43: 18-19 na uandike jarida la ufahamu wako.
2. Kitu kipi kipya" Mungu anachotaka kufanya na kukufanyia?
3. Kama Dk Celeste, je, unaelewa kwamba Mungu anakuuliza uachane na baadhi ya kazi au ajira iliyo muhimu kwako? Je, utazingatia?
4. Ni jukumu lipi, kama lipo, litaleta hofu katika uamuzi wako kumruhusu Mungu kufanya jambo jipya katika maisha yako?

MAANDALIZI KABLA YA KUFUNGA

Kujisalimisha Kufunga ni nini?

Kwa mujibu wa kamusi ya Merriam-Webster, kujisalimisha ni kujipa (mwenyewe) katika nguvu za mwingine, hasa kama mfungwa. Kadhalika, wakati mtu amekamatwa ni jambo lipi la kwanza yeye hufanya? Yeye huinua mikono yake juu katika tendo la kujisalimisha na kujiwasilisha kwa mamlaka ya madaraka ya juu. Aina hiyo ya kujisalimisha – kujitolea kwa mapenzi yako na mpango wa Mungu –ndio maana ya kufunga.

Niko karibu kukamilisha kitabu ambacho naamini kitabadilisha namna kizazi hiki huangalia mbinu ya mafanikio. Inatuonyesha hatua ambazo kila mtu lazima achukue ili kutimiza hatima yake. Hatua ya tano ni "kujitenga" na hitimisho sahihi kwa hatua hii ni kufunga. Yesu, wakati wake wa kujitenga katika jangwa, alifunga kwa siku 40 mchana na usiku na vyakula na vinywaji (Mathayo 4: 1-11). Tuzo la kujisalimisha kamili na mpango wa Mungu, lilikaribishwa katika hatima yake. Nilitengeneza aina hii ya kufunga, na hatimaye kuuita – siku 40 za kufunga, kwa kuzingatia muda ambao Yesu alifunga katika jangwa.

Mara yangu ya kwanza kujisalimisha kufunga ilikuwa katika Aprili ya 2010. Nikihudhuria ushirika wa wanawake katika kanisa la kwanza ya Kibaptisti la GLENARDEN, mchungaji John K. Jenkins Sr. alifundisha juu ya taaluma ya mwanamke mcha Mungu. Mara moja hatia yangu ilikuwa ni mlo. Kwa miaka mingi Mungu amekuwa akishughulika na mimi kuhusu tabia yangu ya kula. Hata baada ya miaka 3 (mitatu) ya kunusurika na saratani ya matiti, bado niliridhika kula chochote nipendacho, licha ya ufahamu wangu wa uhusiano kati ya mlo na ugonjwa. Nilikuwa nimedhibitiwa/tawaliwa na chakula kana kwamba nilikuwa tayari kuzuia afya yangu ya kimwili na kiroho ili nile kwa furaha sanduku la Tamales moto! Nilijua kuwa Mungu hakupendezwa, nami nikawa na tamaa kubwa ya kubadilika.

Kwa hivyo, nililia asubuhi hiyo ya Jumamosi ya mwezi wa Aprili. Nilipomaliza kilio changu, niliamua kufanya kile ambacho Mungu alikuwa akinieleza kufanya kwa miaka mingi. Nilisalimisha mapenzi yangu kwa yake katika eneo hili.

Nilichagua kufunga kama Danieli. Nilipokuwa nimefunga nilielezea ushuhuda wangu kwa baadhi ya wanawake wengine na wachache wao walijiunga nami. Kila mmoja wetu alifunga kutoka vitu tofauti, mmoja kutoka runinga, mwingine sukari, lakini mioyo yetu ilikuwa katika pamoja katika kusalimisha mapenzi yetu. Kufunga kulikuwa kugumu hapo awali, lakini karibu siku 31, nilishangaa kwani niliamua kutokula nyama tena, uamuzi ambao sijaangalia nyuma tena.

Hivyo sasa ni zamu yako. Kama unahisi umekwama, kuchanganyikiwa, au umefungwa, amua kwamba sasa ni wakati wa kufanya kitu kipya; kuwa na ujasiri wa kutolea Mungu mpango wako. Baraka ambayo itatokana na utiifu wako itakuwa na thamani ya sadaka hiyo. (tazama Kumbukumbu 28).

Tafakari Za Kibinafsi

1. Ni jinsi gani Roho anazungumza nawe? Tafakari juu ya Mathayo 4: 1-11 na uandike jarida la ufahamu wako.
2. Dk Celeste alionyeshwa kufunga akiwa mtoto, lakini baadhi ya waumini wapya au wa majira hawaoni manufaa ya kufunga. Je, ni mawazo gani unayo kuhusu kufunga? Je, umeshawahi funga hapo awali na ilikuwa na matokeo uliyotarajia? Unaatarajia nini kutokana na kufunga huku?
3. Ni eneo lipi la maisha yako unahitaji kusalimisha kwa Mungu? Ni changamoto ipi itakuwa zaidi katika kujisalimisha?
4. Ni jinsi gani kujisalimisha huku kutabadilisha uhusiano wako na nafsi yako mwenyewe, Mungu na wengine?

MAANDALIZI KABLA YA KUFUNGA

Ujasiri Na Ushujaa

Celeste, kama nilivyomuelekeza Yoshua, ' Kuwa na ujasiri na ushujaa ' ni yale ambayo Mungu amekuwa akiwashawishi mwaka wote. Katika jitihada za kufanya amri hii kuwa ukweli wangu, nimesoma na kusoma tena kitabu cha Yoshua. Kimenibadilisha kwa kiasi kikubwa, lakini bado kuna mengi zaidi ambayo Mungu anataka kufanya. Hiyo ndiyo sababu ameniita kufunga na kukuvuta ili tuifanye pamoja. Nataka kuwa huru. Siwezi tena kuruhusu machungu ya siku za nyuma kuamurua matendo yangu na kunizuia kutokuwa na ujasiri na ushujaa. Anahitaji niwe balozi wa neno lake na nikiwa na uwoga na aibu sitakuwa shahidi fanisi.

Ukosefu wangu wa ujasiri ulinijia kichwani siku nyingine. Nilikuwa kusaidia mgombea mmoja kutafuta kura katika tovuti ya kupigia kura. Nilipatana na mwenzangu ambaye alikuwa anafanyia mgobea mwingine tofauti kampeni. Kufupisha hadithi hii, tulijipata katika mazungumzo kuhusu wagombea wote waliokuwa wakigombea nafasi ya uongozi katika kipindi hicho. Yeye hakukubaliana, kabisa na kwa nguvu, na uchaguzi/ uamuzi wangu na alitaka kubadili mawazo yangu.

Inatosha kusema kuwa alifaulu. Alipokuwa akimaliza, nilikuwa nimeshabadili kura yangu moja. Ubaya zaidi, nilimtafuta ili kumjulisha ya kwamba nilibadilishwa na hoja zake. Kwa bahati nzuri, sikumpata kwa sababu alikuwa ameondoka eneo hilo. Ilikuwa dhahiri kuwa ilikuwa mpango na Mungu kwani Alikuwa Ananiwaza.

Ninaelezea hadithi hii ya aibu kuonyesha ninavyohitaji Mungu – sanasana katika eneo hili. Usiku uliopita niliomba nipate fahamu ya tabia yangu. Mungu alinionyesha ya kwamba mimi hujipoteza ninapokuwa na watu walio na shari au msimamo/ uthubutu. Sihisi nikiwa na nguvu za kuwezana na watu wa aina hiyo.

Kiini cha shida hii kilianza nilipokuwa shule ya msingi.Nilitaka kukubaliwa na watu lakini sikuweza. Niliendelea kukataliwa (angalau kwa mawazo yangu) na wasichana waliokuwa "maarufu" hata kama walikuwa na shari. Wakati huo huo, nilitaka sana kuwafurahisha viongozi/ waliokuwa na mamlaka nikiamini makosa ya kwamba kuniitikia kwao kungenifanya niwe mzuri na nikubaliwe. Hayo yote yalikuwa uongo. Kukubalika na Mungu ndiko kuna haja.

Ninajifunza kila siku ya kwamba ananipenda jinsi nilivyo. Nikiendelea kuwa karibu naye, ninapata ujasiri wa kuwa kweli na jinsi nilivyo. Kabla ya mwaka huu kuisha, nitakuwa imara na utambulisho wangu, mwenye uhakika wa wito wangu, na tayari kufanya kazi yoyote itakayokuja njiani mwangu. Nimekuwa mzima na kamili katika Mungu kwa sababu ya Kristo na kazi aliyofanya kwa ajili yangu msalabani,.

Nilisoma leo asubuhi, "Usiogope kwani hutaaibishwa; wala kuwa mnyonge, kwani hutafanywa kuwa na aibu; Utasahau aibu ya ujana wako, "(Isaya 54: 4a). Alikuwa ananikumbusha kwamba mimi si msichana yule mdogo ambaye alikuwa na hofu, bila sauti na alihitaji kukubalika. Mimi ni mwanamke jasiri na shujaa katika Kristo. Ninakumbushwa kwamba Mungu atatupa mara mbili kwa shida yetu (angalia Isaya 61: 7) kwa ajili ya machungu yote tuliyopata.

Tutatangaza kwa ujasiri ya kuwa siku hii ndiyo tumeponywa kutokana na maumivu na majeraha ya zamani. Sisi ni wapya katika yesu na tumepewa vifaa vya kufanikiwa kwa yote yatakayowekwa mikononi mwetu. Kwa hivyo katika siku 40 zijazo, kuanzia Jumatatu ya Septemba 13, nitafunga kutokana na mitazamo ya uwoga sanasana nikihusiana na watu waliona shari au uthubutu. Nitazungumza namna roho atakavyoongoza na sitaitikia uwoga unizime. Utasalimisha nini kwa Mungu?

Tafakari la kibinafsi

1. Ni jinsi gani roho anakuzungumzia? Kutafakari juu ya Isaya 54: 3-6 na uandike jarida la ufahamu wako.
2. Utajifunga au kuacha nini kwa siku 40? Usijali kama bado ujaamua ni nini utakacho salimisha. Endelea kutafuta mwongozo wa Mungu
3. Kama Dk Celeste ambaye alitiwa moyo na maneno ya Mungu Aliyozungumza na Joshua, ni jinsi gani Mungu ametayarisha moyo wako kufunga?
4. Adui anataka tuwe na aibu ya udhaifu wetu na kuyaficha kutoka kwa watu wengine, lakini falsafa hiyo inachelewesha uponyaji

wetu. Kwa hiyo, baini udhaifu na fanya Mpango wa kuzungumza na angalau mtu mmoja kuhusu changamoto lako katika eneo hili. Muulize akushikilie katika uwajibikaji wa eneo unazoweza kutambua.

5. Kama huwezi kutambua kwa urahisi mtu atakayeweza kuwa pamoja nawe, omba.ili Mungu akuonyeshe mtu aliye sawa. Atakapoenda kwa mtu huyo, mweleze ni nini unafanya, na kuwaomba kuwa pamoja nawe katika safari hii. Weka hapa orodha ya jina la mtu huyo.

MAANDALIZI KABLA YA KUFUNGA

Kwa nini siku 40?

Nambari arobaini ni muhimu kwa sababu kadhaa. Moja, inakukubalika na wote kama idadi ya umuhimu kwa Mungu si tu kwa ajili ya mzunguko wa tukio yake katika Biblia lakini pia kwa uhusiano wake na kipindi cha majaribio. Kwa mfano:

- Katika siku za Nuhu mvua ilinyesha kwa siku 40 mchana na usiku (Mwanzo 7: 4)
- Israeli walikuwa wakienenda nyikani kwa miaka 40 (Joshua 5: 6)
- Goliathi alijitokeza kwa Israeli kwa muda wa siku 40 (1 Samweli 17:16)
- Daudi akatawala Israeli kwa miaka 40 (2 Samweli 5: 4; 1 Wafalme 2:11)
- Yesu alifunga siku 40 na 40 usiku (Mathayo 4: 2)
- Yesu alijaribiwa siku 40 (Luka 4: 2; Marko 1:14)
- Na kama nyongeza ya kando, wanawake huwa wajawazito kwa muda wa wiki 40.

Pili, idadi 40 ni muhimu kwa sababu inaonekana kuwa, angalau kutoka na tajriba yangu, ni muda unaonahitajika kuvunja ngome. Unaweza kuwa umesoma, na utafiti unaonyesha kwamba inachukua siku 21 kufanya au kuvunja tabia. Hii inaweza kuwa kweli lakini ngome ni kitu tofauti; ni tabia iliyozidi. Kwa sababu hiyo, siku 40 inaonekana kuwa idadi sahihi ya kuvunja ngome.

Katika kiroho, ngome ni mfano usio sahihi wa kufikiria ambao unaadhiri namna tunavyoishi maisha yetu. Baada ya miaka ya kuumia, sisi hujaribu kulinda hisia zetu. Katika jaribio bure la kuzuia maumivu zaidi, mara nyingi tunapitisha imani sahihi (mfano, watu siku zote watanidhuru, kwa hivyo sitaweka mtu yeyote karibu sana nami. Hizi imani potofu hazituitikishi kufanya kama Mungu anavyotuelekeza na pia zinatuzuia kufanya tendo lililo na hatari ambalo ni muhimu kwa mafanikio.

Ndani yetu hatuna matumaini ya kubadilika, lakini mambo yote yanawezekana kwa Mungu. Wema wa ponyaji wake huvunja kuta za machozi zilizotufunga na neema yake kutupeleka kule ambako hatukufikiri tunaweza fika.

Hii ni mara yangu ya tatu kufunga kwa siku 40 (mara ya kwanza nilijifunga kutokana na aina fulani ya vyakula na ya pili kutokana na kiburi na uchoyo). Kila wakati niliona mfano tofauti. Kwanza siku 21 (Ishirini na moja) za kwanza zilikuwa na changamoto; sikuweza kuona jinsi Mungu angenibadilisha. Baada ya siku 21, nikaanza kuhisi kana kwamba mabadiliko yalikuwa njiani. Katika siku ya 30 (thelethini), nilianza kuona mabadiliko thabiti katika tabia yangu. Na baada ya siku 40, niliponywa na kurejeshwa upya akilini, mwilini na rohoni.

Andiko linatukumbusha kuwa baadhi ya mambo hubadilika tu kwa njia ya sala na kufunga (ona Marko 9:29). Je, uko tayari kuwa huru; kutolewa kutoka ngome yako? Kama ni hivyo, hii ni mara yako ya muda wa majaribio; nafasi yako ya kuthibitisha kwa Mungu na kwako mwenyewe kuwa uko tayari kukubali jambo jipya ambalo amekuwekea. Jitolee kufunga na uone Mungu akifanya muujiza katika maisha yako.

Tafakari Za kibinafsi

1. Ni jinsi gani Roho anakuzungumza? Tafakari juu ya Marko 9: 14-29 na uandike jarida la ufahamu wako
2. Ni tabia au hali gani hukufunga na kuwa kikwazo cha maisha ambayo Mungu amekuwekea?
3. Je, unaamini ya kwamba Mungu anaweza kuokoa kutokana na ngome hii? Je, hapo awali umejaribu kuondoa ngome hii maishani mwako?
4. Je, uko tayari kujitolea kwa kipindi hiki cha kufunga cha siku 40?
5. Ni watu wapi au hali zipi zinaweza kuadhiri hasi uwezo wako wa kufanikiwa kufunga huku?

MAANDALIZI YA KABLA YA KUFUNGA

Ni Gumu

Ndani ya sehemu ya "Taarifa" katika ukurasa wa Fesibuku washiriki hualikwa kuelezea kuhusu "hali yao ya uhusiano". Majibu ya kawaida ni kuwa mtu yu peke yake, ameolewa, ametalikiwa, nk. Hata hivyo, wakati mwingine mtu mmoja hujibu,"Uhusiano kwa sasa ni mgumu". Hii inanifanya kuamini kwamba yuko katika uhusiano lakini si uhusiano wa ukweli – *yaani ni mgumu.*
Ni kweli pia katika uponyaji wa majeraha ya hisia za utotoni: ni gumu. Upitaji wa muda hautufanyi kuwa wazima. Kusema kwa urahisi ya kwamba,"niliacha hayo" hakuwezi wala kuzika kabisa maumivu yaliyo katika fahamu za akili zetu. Uponyaji ni mchakato na kama wengi wetu ni wakweli, tunajua kuwa ni *vigumu* kuachana na kusahau maisha yetu ya awali

Kama mtoto nilikuwa na moyo nyeti; nilijeruhiwa na kila neno kali na uso usionikubali. Kwa sababu ya maumbile yangu nyeti, niliamini kwa haraka ya kuwa sikuwa mzuri vya kutosha. Hiyo imani ya uongo, iliyoumba mtazamo wa dunia yangu kwa miaka mingi, ikawa ni msingi wangu wa kujitambua na ukazaa matunda. Hivi ndivyo imani hiyo ilivyoathiri mawazo yangu ya maisha na tabia:

<u>Imani ya uwongo:</u>
MIMI SI MZURI VYA KUTOSHA

<u>Tunda la Imani hiyo:</u>
1. Picha mbaya ya kibinafsi inayosababisha imani ifuatayo:
   a. Rika yangu ikinikubali (hasa wale maarufu) kinanifanya mzuri.
   b. Nikihusiana na wale ambao wengine huona wakiwa bora kwa uhusiano, nitakuwa bora pia.
   c. Nikipendeza walio katika mamlaka, watanipenda na kuona wema kwangu

2. Mila za ukamilifu huleta imani hiyo:
   a. Nikiwa kamili katika kila njia (yaani, mtindo wa mavazi, majadiliano, elimu, nywele, vipodozi, nk) hakuna atakayejua siri yangu ya aibu – ya kwamba mimi si mzuri vya kutosha.

   Ni sawa kama huwezi fuata hayo kwa sababu ni *gumu*; uwongo huwa namna hiyo.

   Kuna wengine wengi wanaopingana na Mungu. Anakueleza ufunge kutokana na imani au tabia unayofikiria umeacha na unakataa kuitembelea/kuiangalia tena. Naam, kama Mungu anakuongoza kufanya hivyo, basi anajua kwamba kuna baadhi ya matunda yaliyooza yanayohitaji kuokotwa.

   Leo, ninajua kuwa niko mzuri vya kutosha lakini matunda ya kupendeza (hasa mamlaka) bado yanaendelea (tazama posti ya blogu ya ujasiri na ushujaa). Ninatangaza ya kuwa katika mwisho wa siku hizi 40 tunda hilo litakuwa limeisha. Mungu huniona nikipendeza na hilo ndilo jambo la muhimu kuliko yote.

   Andiko linatuambia kwamba ni lazima tulete kila wazo na kulifanya limtii Kristo (ona 2 Wakorintho 10: 5). Njia pekee ya kuletea changamoto kwa kila wazo waasi ni kujifunza na kutafakari neno la Mungu; ngoja ukweli wake uwe ukweli wako.

   Hapa ni ukweli wake. Huhitaji mtu yeyote kukukubali kwa sababu Mungu anakupenda jinsi ulivyo (tazama Yohana 4:19).Ukitafakari juu ya neno lake usiku na mchana, ufanye yote ambayo yanasemwa, utafanya njia yako kuwa na mafanikio na utafanikiwa vizuri (tazama Joshua 1: 8).

   Sasa huo ni ukweli na ukweli hauwezi kuwa mgumu.

Tafakari Za kibinafsi

1. Ni jinsi gani roho anakuzungumzia? Kutafakari juu ya 2 Wakorintho 10: 5 na 1 Yohana 4:19 na uandike ufahamu wako.
2. Ni uwongo upi umekubali tangu utotoni? Ni njia gani unaathiri mawazo na tabia zako?
3. Je, uwongo huu unaathiri uhusiano wako wa sasa? Ikiwa jibu ni ndio, na nani na kwa njia ipi?
4. Unataka Mungu akubadilishe aje kwa siku 40 zijazo?

SIKU YA 1

Tarajia yasiyotarajiwa

"Maana mawazo yangu si mawazo yenu,
Wala njia zenu si njia zangu, "anasema Bwana.
"Kwa maana kama vile mbingu ilivyo juu sana kuliko nchi,
Hivyo njia zangu zi juu sana kuliko njia zenu,
Na mawazo yangu kuliko mawazo yenu.
(Isaya 55: 8-9)

Karibu katika siku 1 ya kujisalimisha kufunga. Ikiwa maisha yako ni karibu kuwa kama yangu, Mungu ameshaanza kufanya kazi na moyo wako na kuufanya tayari kupokea mengi kutoka kwake.

Tuko kundi la watu mbalimbali: wanaume na wanawake, vijana na wanamajira, kutoka Buffalo hadi Oakland. Tunajisalimisha pia ni vitu tofauti pia. Baadhi wanafunga vyakula, baadhi ukosefu wa uaminifu; wakati wengine wanataka kuacha kuwa na hofu, uchoyo, kiburi, na ukosefu wa usalama. Kila safari itakuwa tofauti, lakini sisi sote tumeunganishwa pamoja na sababu moja: kumkaribia Mungu. Ninakutia moyo kuweka maelezo kwa jarida katika safari hii.

Kama umejifunza kutokana na kusoma posti ya maandalizi ya kabla ya kufunga, ninasalimisha uwoga kwa Mungu. Sitakuwa tena na uwoga bali nitakuwa na ujasiri na ushujaa. Kwa kipindi cha siku 40, sitasikiliza kwa ukamilifu mwelekeo wa Roho Mtakatifu na kuwa na ujasiri akiniongoza.

Hivyo, zoezi la kwanza la Mungu... soma kuhusu unyenyekevu. Huo haukuwa mwelekeo niliotarajia lakini najua kutokana na posti zangu mbili za awali kuwa ninatakiwa kutarajia yasiyotarajiwa. Andiko linatuambia ya kwamba njia za Mungu si njia zetu, wala Mawazo yake mawazo yetu.

Hivyo kwa utiifu ninasoma kitabu kinachoitwa "Unyenyekevu" kilichoandikwa na Andrew Murray. Anasema kuwa unyenyekevu ni hali ya kutegemea Mungu kabisa. Anaendelea kuandika: Unyenyekevu si jambo tunaloletea Mungu. Pia si kitu Mungu anatutolea. Ni utambuzi wa kuwa sisi ni duni, tunapoona namna Mungu ni kila kitu kwetu na tunaposafisha mioyo yetu ili Mungu awe kila kitu kwetu.

Kila asubuhi mimi hutoa muda wangu kwa Mungu, huomba, husoma neno lake, na kutafakari kuhusu mambo niliyosoma. Lazima utoe ahadi hiyo. Ukuaji haufanyiki kwa njia ya hewa; ndoto huja na mambo mengi na juhudi chungu (tazama Mhubiri 4: 3). Kama unataka kupata jambo jipya katika Mungu, ni lazima ufanye sehemu yako. Kwa hiyo, jinyenyekeze mbele ya Mfalme wa utukufu, sikiliza maelekezo yake, na tembea kama anavyokuongoza. Uhuru u njiani.

Tafakari Za kibinafsi

1. Ni jinsi gani roho anakuzungumzia? Tafakari juu ya Zaburi 25: 9, 69:32, 147: 6; Yakobo 4:10; na Petro 5: 6 na uandike jarida la ufahamu wako.
2. Tangu mwanzo Mungu anatufundisha tuwe wanyenyekevu. Je unyenyekevu una maana gani kwako? Ni jinsi gani unahusiana na tendo la kujisalimisha?
3. Je, wewe kufikiria wewe ni mtu mnyenyekevu? Je, kuna tofauti gani kati ya unyenyekevu na kuwa msukumaji? Ni jinsi gani unaweza kuelezea tofauti?
4. Kwa kiwango kuanzia moja mpaka kumi, umejitolea vipi kusoma neno la Mungu kila siku, kusoma ibada hii na kuomba? Eleza cheo chako.

SIKU YA 2

Muda, Jitihada, Tuzo

Jipandieni haki;
Vuneni kwa fadhili;
Vunja udongo katika konde zenu,
Kwa maana ni wakati wa kumtafuta Bwana,
Hadi atakapokuja na kumnyeshea juu yenu mvua wa haki
(Hosea 10:12)

Inasemekana ya kuwa wakati pamoja na juhudi huleta malipo. Falsafa hii ni kweli kwa kila kitu katika maisha ya sasa pamoja na kufunga. Mungu amekuahidi "jambo jipya" na ahadi hii kuna uwezekano ilikusababisha kujiunga na kufunga huku. Kuwa na uhakika kwamba anaona sadaka yako na atakutuza kulingana na uwekezaji wako. Kwa maneno mengine, siku 38 zijazo, wakati huo unatumia kuwekeza katika uhusiano wako na Mungu atakulipa vizuri sana.

Andiko linatuambia kwamba kile apandacho mtu ndicho huvuna (tazama Wagalatia 6: 7). Sisi pia ni tunakumbushwa kwamba ukipanda haba, utavuna haba na ikipanda kwa wingi, utavuna kwa wingi (tazama II Wakorintho 9: 6). Kama wewe, natarajia mambo makuu kutoka kwa Mungu wakati wa kipindi hiki cha kufunga. kwa hivyo ninapanda kwa ukarimu nikitarajia mavuno tele, lakini kupanda kunahitaji sadaka. Kwa hiyo, nafanya faraja yangu kuwa na umuhimu mdogo. Nimeachana na saa ile ya ziada ya kulala na pia kukata shughuli ambazo zinazuia uwezo wangu wa kumtafuta Mungu kwa moyo wangu wote. Na wewe je? Je, umewekeza mambo yapi? Najua siku ya 2 (pili) tu lakini mwisho ulio na nguvu unahitaji mwanzo ulio na nguvu.

Kwa sababu hiyo, salimisha uzoefu wako usio mwema kwa Bwana. Mwitikishe avunje konde, matunda ya kiroho yasiyozaa, aipande kwa mbegu kwa mipango na nia zake. Mtafute na yote uliyonayo na itisha neema yake hadi atakapokuja na kukunyeshea mvua wa haki. Jambo jipya unalotafuta liko hapa lakini kulimilki kunahitaji muda na juhudi. Hivyo basi, amka asubuhi na mapema kumpa sifa na kutafuta mwelekeo wake kupitia kwa maombi na kulisoma neno lake. Uwekezaji huu wa muda wako mdogo utavuna malipo tele.

Tafakari Za Kibinafsi

1. Ni jinsi gani roho anakuzungumzia? Taafakari juu ya Hosea 10:12, Galatia 6;7, 2Wakorintho 9:6 na uandike ufahamu wako
2. Ni sadaka zipi umetoa ili kujileta karibu na Mungu?
3. Kwa kawaida, wewe hujitolea kwa kiwango kipi inapokuja ni kuanzisha kikosi kipya? Je, umejitolea kabisa kwa mpango kuanzia mwanzo na kuufuatilia hadi mwisho? Ama wewe huogopa kujitolea? Ikiwa ni ya mwisho, ni nini unachoogopa kujitolea.
4. Kama umegundua hofu zako, zijadili na mwenzako anayekuajibikia. Omba na umuulize Mungu akuimarishe ili uweze kushinikiza hofu na kufanikiwa hadi mwisho. Kama kwa kawaida ni mtu wa kujitolea kabisa kwa nia, mshukuru Mungu kwa zawadi hii na uumuulize ni jinsi gani anaweza taka kukutumia kukuza/ kuendeleza tabia hii kwa wengine.

SIKU YA 3

Kujenga Na Kuanza Upya

> Nao watajenga magofu ya kale,
> Watapainua mahali palipokuwa ukiwa zamani,
> Watatengeneza miji iliyoharibiwa,
> Ukiwa wa vizazi vingi.
> (Isaya 61: 4)

Blogu ya jana imebaini ukweli wa kimsingi: uwekezaji wa muda na juhudi huvuna malipo. Hii ni sababu ya nzuri ya kushangilia. Kujisalimisha kwa hakika kuna faida zake. Katika siku 3 zingine,tutakuwa na manufaa zaidi ya uhusiano wa karibu na Mungu, kuboresha afya za kihisia, na mafanikio katika maeneo mengine mengi maishani mwetu.

Hata hivyo Mungu amebaini faida nyingine. Hebu nimkaribishe kufikiria nje ya sanduku; zaidi ya mtazamo wako mfupi wa hali halisi. Kufunga huku kuna manufaa yanayopanuka zaidi yako. Waefeso 3:20 inasema, "Basi atukuzwe yeye awezaye kufanya mambo ya ajabu mno kuliko yote tuombayo au tuwazayo, kwa kadiri ya nguvu itendayo kazi ndani yetu."

Ni wangapi wenu wamekuwa wakiombea familia zenu na kuombea neema na miujiza ambayo ni yeye tu anaweza kufanya? Wakati ni sasa; mabadiliko yanayotokea. Huwezi kuyaona katika hali ya kawaida lakini kwa kiroho mabadiliko yamo hapa.

Ndugu uliyekuwa ukiombea, Mungu anamfanyia alichokuwa ameahidi. Mtoto huyo ambaye amepotea, Mungu atamrudisha tena. Laana ya vizazi - madeni, huzuni, udhalilishaji, hasira, ndoa zilizovunjika, kutupwa - Mungu anafanya mapya.

Msimamo wako mkali wa kitendo chako cha imani kinafanya yasiyowezekana. Kujisalimisha kwako kunamfurahisha Mungu.

Andiko linatukumbusha "Ujifurahishe kwa Bwana, naye atakupa haja za moyo wako" (Zaburi 37: 4).

Mungu sasa anafurahi kutenda kwa niaba yako. Kwa sababu yenu, anakarabati miji ya kale na uharibifu wa vizazi vingi; anarejesha ukiukaji. Ni jambo gani la ajabu analolifanya. Furahia kwa sababu ameshatenda tayari!

Fikiria kuhusu haya. Ni jambo gani kubwa unalotaka Mungu akutendee pamoja na familia yako kutokana na kufunga huku? Ni laana zipi atavunja? Mimi ni mkubwa wa ndugu zangu. Saba kati yetu tumekubali Kristo kama mkombozi wetu wa kibinafsi. Mimi natangaza, katika jina la Yesu kwamba ataokoa ndugu yangu Stephen katika siku 38 zilizobakia. Sisi (mimi na dada zangu watatu ambao tunajifunga pamoja) tutashangilia kwa kuwa tayari limefanywa/tendwa.

Tafakari Za Kibinafsi

1. Je, roho anakuzungumzia vipi? Taafakari juu ya Isaya 61 na uelekeze ufahamu wako
2. Dk Celeste alitaja baadhi ya faida za kujisalimisha: uhusiano zaidi na Mungu, kuboresha afya ya kihisia, na mafanikio katika maeneo mengine mengi ya maisha yako. Je, unaweza kufikiria faida ziingine zozote?
3. Ni kitu kipi kisichowezekana ambacho Mungu ameshawahi kutendea katika siku za awali? Kilikuwa kipi na kiliongeza vipi imani yako?
4. Ni jambo lipi kuu ambalo Mungu atakufanyia pamoja na familia yako ukijifunga? Ni laana zipi za kizazi unamwambia azivunje? Unaamini ya kwamba anaweza na atazivunja?

SIKU YA 4

Upande Mwingine

Siku hiyo hiyo, wakati jioni ilipofika, Yesu akawaambia, "Hebu tuvuke twende upande huo mwingine."
(Marko 4:35)

Nitakueleza siri ndogo…kublogu na kuandika si eneo langu la faraja. Ninafanya yote kwa ajili ya utiifu wangu kwa Mungu. Jumatatu ya kwanza nilipoblogu, nilishangaa na kile Mungu alichoandika kupitia kwangu na kufurahia kwa yale angetendea watu wake. Hata hivyo, majibu mengi niliyoyapata kwa posti hiyo yalinifanya niogope nilipowaza, *"Siwezi fanya hivyo tena; siwezi toa sehemu nyingine itakayozungumzia mioyo ya watu wengi."* Lakini niliacha Roho mtakatifu kuzungumza na dhoruba yangu ya kihisia na amani yake ikaniingia na kutuliza uwoga wangu.

Wanafunzi wameshawahi kuwa katika hali hiyo ya hofu katika Marko sura ya 4. Jioni moja, baada ya siku ndefu ya utumishi, Yesu alitangaza kwamba wangeweza kuvuka upande wa pili. Bila shaka, huu ulikuwa wakati wa kusisimua. Ni matukio yapi wangepata katika upande wa pili? Walipoanza safari yao tu, wakapatwa na dhoruba.

Bila kusema, wanafunzi hawakuwa wanatarajia tukio hilo. Dhoruba hii ilikuwa kubwa sana na ilifanya washtuke. Lakini, walichofanya baadaye ni kile sisi sote hufanya tukiwa katikati ya dhoruba- kumlilia Yesu. Papo hapo alifanya upepo na bahari kuwa na mienendo shwari na akaleta utulivu kwa haraka.

Kadhalika, Yesu amesema kwa kila mmoja wenu, "Hebu twende ng`ambo." Kwa maneno mengine, "Hebu nitende jambo jipya" Bila shaka msisimko wenu ni mkubwa "Ni nini kitaletwa na upande huu mwingine? Usishangae kugundua kuwa ni dhoruba.

Kila asubuhi kabla kila posti na nikiwa katikati ya dhoruba yangu ya kihisia, mimi hujikumbusha ya kwamba ninafanya kazi yake wala si yangu. Nikijiami na ukweli huo, mimi huvuta pumzi kwa ndani, nong'ona sala, soma neno langu, na kuandika. Amani inayonijia wakati wa mchakato huu hutuliza uwoga wangu na kuniwezesha kuhusiana na Mungu.

Hebu amani yake iwe nawe pia. Kwa siku 36 zijazo, kumbuka ya kwamba hufanyi kafara hizi kwa mapenzi yako mwenyewe. Chochote akulizacho kuachilia kwake ni kwa mapenzi yake na utafanikiwa. "Jicho halijaona, wala sikio kuyasikia, wala hayakuingia katika moyo wa mwanadamu mambo ambayo Mungu ameandalia wampendao" (I Wakorintho 2: 9). Barikiwa.

Tafakari Za Kibinafsi

1. Je, roho anakuzungumzia vipi? Taafakari juu ya Marko 4:35 – 41 na uuandike ufahamu wako
2. Ni dhoruba gani zimeanza kutokea maishani mwako kwa sababu ya kujisalimu kwako?
3. Wanafunzi wa Yesu wanakufunza yapi kuhusu kuvumilia dhoruba?
4. Kama Dk. Celeste, je, Mungu anakuhitaji utoke nje ya eneo lako la faraja na ufanye mazoezi unayoogopa kufanya? Umeepuka kufanya zoezi hili kwa muda upi? Mwishowe, utaitikia sauti yake?

SIKU YA 5

Itakuja kupita

Kila neno la Mungu ni safi;
Yeye ni ngao kwa wale ambao wawekao imani yao kwake
(Mithali 30: 5)

Kwa sasa inaweza kosa kuonekana ikiwa sawa lakini kila ahadi ambayo Mungu ametoa kwako itakuja kupita. Ukijiweka ndani yake, atakulinda na ndoto aliyopanda moyoni mwako hapo zamani.

Ni rahisi kukata tamaa na kutoridhika kutokana na mtazamo wa leo. Lakini "sasa" yetu siyo lazima itafakari kesho yetu. Maandiko yanasema, "Haijaonyeshwa bado jinsi tutakavyokuwa" (I Yohana 3: 2a). Sijui kuhusu wewe, lakini katika muda wa mwaka mmoja, sitakuwa nilivyo leo leo. Bora zaidi, katika siku 35, sitakuwa nilivyo leo. Kila siku ninaboresha na kukua ndani yake.

Kwa miaka mingi, maneno mema yamesemwa juu yangu. Inasemekana kwamba nitakuwa na "huduma ya ndoa" na nitakuwa nikizungumza na maelfu. Hakuna hata moja ya hayo yana ushahidi". Andel na nami tuna ndoa nzuri lakini sisi si wahudumu wa ndoa. Mimi huzungumza hadharani, lakini kwa hakika si kwa maelfu. Je, hiyo inamaanisha ya kuwa mambo hayo hayatawahi pita? La hasha!

Imeandikwa, ukiwa mwaminifu kwa wachache, atakufanya mkuu wa wengi (tazama Mathayo 25:23). Kadhalika, neno linatuhimiza kushukuru siku za mianzo midogo, kwa kuwa ni katika wakati huu wa maandalizi anatufanya tuwe tayari kwa makubwa yake (tazama Zakaria 4:10).

Kwa hiyo, ninatumia kila siku kujiandaa kwa yale yatakayokuja. Andel nami mara kwa mara hufunga kwa ajili ya ustawi wa wanandoa, na kuzungumza kwa bidii/nguvu ili kila mtazamaji asikie mlio wa sauti yangu. Katika wakati wa Mungu, nitavuka kwa urefu mkubwa ndani yake; lakini ni yale nifanyao leo - kwa ubora - yanayojenga msingi imara wa mambo yajayo.

Wapenzi, usiyafanye ya leo kukandamiza matumaini yako ya kesho. Weka imani, neno la Mungu lisirudi kwake utupu. Anaahidi ya kwamba si hata moja ya mambo mema ambayo amesema kuhusu wewe yatashindwa na yote yatakuja kupita (tazama Joshua 21:45, 23:14).

Tafakari Za Kibinafsi

1. Je, roho anakuzungumzia vipi? Taafakari juu ya Mithali 30: 5 na Yoshua 21:45, 23:14 na uandike jarida la ufahamu wako
2. Ni ahadi zipi Mungu amekupa ambazo bado hazijapita? Unaamini ya kwamba atatenda kama alivyosema?
3. Ni maandalizi yapi unafanya ili kuwezesha ahadi hizo kutendeka?
4. Wakati mwingine tunakuwa na wasiwasi tuposubiri matendo ya mpango wa Mungu. Je, umeridhika au una wasiwasi kwa ajili ya kesho? Kama ni ya mwisho, utafanya nini ili kudumisha usawa huku ukisubiri?

SIKU YA 6

Binafsi Muda na Mungu

Kitabu:

Ni jinsi gani roho akizungumza na wewe?

SIKU YA 7

Binafsi Muda na Mungu

Kitabu:

Ni jinsi gani roho akizungumza na wewe?

SIKU YA 8

Anzisha Imani yako

Na chochote utakachouliza kwa jina langu, nitafanya,
ili Baba atukuzwe ndani ya Mwana.
Mkiniomba chochote kwa jina langu, nitawafanyieni.
(Yohana 14: 13-14)

Ninafuraha kuripoti ya kuwa wakati wangu wa kwanza wa ujasiri na ushujaa ulitokea mwishoni mwa wiki hii nilipokuwa nikihudumia wizara inayotoa msaada wa saratani katika kanisa la kwanza la kibaptisti la Glenarden. Kilikuwa kikao cha nguvu.

Wazazi wangu walipokuwa mjini kwa ziara ya muda mfupi, walihudhuria semina na kutoa maneno ya kutia moyo kwa wanakikundi. Kauli moja iliyotolewa na mama yangu ilinipiga kordi/gumzo. Alisema kwamba yeye kamwe hatapata kansa/ saratani. Hiyo ilikuwa tamko madhubuti ukizingatia kwamba yeye ana historia ya kina ya kifamilia kuwa na saratani mbalimbali na takwimu inasema kuwa yeye pia atapata ugonjwa huo. Lakini anajua ya kwamba Mungu haongozwi na takwimu na mpango wake utatokea licha ya historia yake. Hiyo ndiyo maana alifanya kama alivyoelekezwa (katika ushiriki wa kabla ya mazungumzo) kutangaza kwamba hataweza kamwe kupata kansa/ saratani. Amekuwa akisema hivyo tangu wakati huo.

Sijawahi tangaza kama hivyo na sikuwa na nia ya kufanya hivyo siku hiyo lakini nilipostimama mbele ya watu, maneno, "Sitawahi pata saratani tena kwa jina la Yesu" yalitoka mdomoni mwangu. Nilihisi mchanganyiko wa furaha na nguvu nilipotangaza kile nilichojua kuwa kilikuwa ni kweli. Na kwa wakati huo, nilianzisha Imani yangu.

Kuanzisha au kuamsha tena Imani ni mchakato wa kufanya kwa kawaida kile ambacho Mungu amemalizia kwa kiroho. Andiko linatueleza ya kwamba Imani bila matendo imekufa. Yakobo 2:20) na kwamba bila imani haiwezekani kumpendeza Bwana (ona Waebrania 11: 6). Kwa hivyo, Jumamosi hiyo, nilifanya kile ambacho Mungu alikuwa akinishawishi kwa miezi kufanya. Hebu nielezee.

Katika mwezi wa Julai, nilizungumza katika tukio la kutafuta fedha la kansa. Wakati wa hotuba, nilitoa kauli "Siamini kwamba nitapata saratani tena lakini nikipata nitamwamini Mungu kwa uponyaji wangu." Nilihisi ajabu kidogo nilipokuwa nikitoa kauli na sikuelewa ni kwa nini, lakini sasa ninafahamu. Tunaambiwa katika Mithali 18:21 kuwa kufa na kupona ni katika uwezo wa ulimi na katika Yakobo 3:10 tunaelezwa kwamba kinywa kinaweza zungumza kuhusu baraka na laana. Sasa ninajua kwamba wakati nilisema maneno, "Siamini kwamba nita... lakini kama nita..." shaka yangu iliacha chumba cha ugonjwa huo kunishambulia tena.

Kwa sababu hiyo, Jumamosi ya Septemba 18, 2010 katika chumba cha mkutano wa pili, mbele ya kundi la manusura wa kansa/ saratani, Mungu alinipa changamoto la kuanzisha imani yangu. Kusema kwa sauti maneno ambayo nafsi/ roho yangu ilitamani kusikia, *kamwe sitashikwa na saratani/ kansa tena katika jina la Yesu*. Sasa kama hiyo siyo ujasiri na ushujaa, sijui nini ni!

Wengine wenu wanashangaa: anaweza aje kufanya madai kama hayo? *Anawezaje sema kwa uhakika ya kuwa hatawahi kupata saratani tena?* Ninaweza fanya hivyo kwa sababu neno la Mungu linaniruhusu. Yesu alisema ya kwamba naweza kuuliza chochote kwa jina lake na naye atafanya hivyo. Aidha, ninapoishi maisha yaliyosalimishwa kwake, nina uwezo ulio sahihi kutambua mapenzi yake na kujua cha kuomba.

Marafiki wangu, imani ni zaidi ya maneno tu; ni tabia ya kujiamini kwamba unajua bila shaka yoyote ya kwamba Mungu atafanya tu kama alivyoahidi. Ninawasihi leo, na kwa siku 32 zijazo, mwanzishe imani kwa ujasiri na mtazame mapenzi yake yakitokea. Barikiweni katika jina la Yesu.

Tafakari Za Kibinafsi

1. Je, roho anakuzungumzia vipi? Taafakari juu ya Yohana 14:12 – 14 na uandike jarida la ufahamu wako
2. Kuanzisha au kukuza Imani yako hutendeka tu ukiwa una imani ya kwamba Mungu atatenda kama alivyosema. Je, unaamini ya kuwa Mungu atatenda mambo ya kukufaidi? Ni maeneo yapi ya maisha yako unayohitaji kumwamini Mungu Zaidi?

3. Andiko linatueleza ya kwamba imani bila matendo ni bure/ imekufa. (tazama Yakobo 2:26). Hiyo ina maana gani kwako? Ni maeneo yapi ya maisha yako unahitaji kuanzisha imani yako?

4. Kuna nguvu katika kushirikiana na mtu mwingine binafsi unayemwamini kwa yale unayoamini Mungu atatenda. Eleza mwenzako anayekuajibikia yale unayotarajia Mungu atatenda.

SIKU YA 9

Ombea adui wako

Usifurahi adui yako angukapo,
Na usifanye moyo wako kushangilia wakati atajikwaa;
Bwana asije kuiona, nayo ikamchukiza,
Kwani atageuza hasira Yake kutoka kwake.
(Mithali 24: 17-18)

Kama umeishi kwa muda wowote, kuna mtu ambaye amekukosea. Baadhi ya makosa ni madogo na mengine ni makuu. Hata hivyo, Biblia inatuelezea wazi namna ya kukumbana na makosa haya. Inasema, "Penda adui wako, bariki wale wanaokulaani, watendeeni mema wale ambao wanaokuchukia, na waombeeni wale wanaokutumia kwa madharau na kukutesa. (Matayo 5: 44)

Ni kawaida mwanadamu kumtakia mabaya mtu aliyemuumiza, kutaka kulipiza kisasi au kuachana naye kihisia. Hata hivyo, Mkristo mkomavu, ambaye amekomaa katika upendo, hupata nguvu ndani yake na kujibu kwa njia ambayo inaonyesha tabia yake.. Maandiko yanasema, "Ninaweza fanya mambo yote katika Kristo anitiaye nguvu" (Wafilipi 4:13). Hiyo ni pamoja na kumsamehe anayekutumia kwa madharau.

Ni rahisi kumpenda anayekupenda lakini ushahidi wa kubadilika kwako utaonekana kutokana na uwezo wako wa kuwapenda wale wanaokutumia, wanaojifaidi na ukarimu wako na wanaokutakia mabaya.

Yesu aliweza kushuhudia mateso kama hayo. Alipokuwa akifanya huduma yake ya hadharani, alikataliwa, kusengenywa, kuachwa pekee na kuuliwa – si wale tu waliomchukia, bali pia waliokuwa wasiri wake wa karibu. Yuda alimsaliti, Petro alikamkana, naye Tomasi alihitaji ushahidi wa ufufuko wake.

Hata hivyo katika uso wa kukataliwa, Kristo alifariki kwa ajili yetu wote. Na hata sasa, licha ya kuendelea kukanwa, anaendelea kuwabariki ndugu na dada zake. Licha ya matendo yetu mabaya, amekaa kuume/ kulia kwa Mungu akituombea na kumsihi Mungu kwa niaba yetu. Kwa hivyo, ngoja Kristo awe mfano wako mwema kwa sababu amekusamehe kwa mengi na anaendelea kutafuta mema yako na kurudisha neema kwa roho inayopotea.

Katika kipindi hiki cha kujisalimisha, ruhusu Roho azungumza nawe kuhusu hali ya moyo wako. Ni mitazamo na imani ipi anayotaka uondoe kwa siku 31 zijazo? Wakati ni sasa; Mungu anafanya jambo jipya, lakini ukosefu wa msamaha na tabia ya kulipiza kisasi itakuzuia harakati zako za kwenda mbele.

.Kwa hiyo, chagua barabara ya juu - njia ya upendo. Ruhusu Mungu kuponya maumivu yako ili aweze kukutumia kwa namna isiyo ya kawaida katika maisha ya wengine. Neema ya Mungu iwe nanyi leo na milele.

Tafakari Za Kibinafsi

1. Je, roho anakuzungumzia vipi? Taafakari juu ya Mithali 24: 17 - 18 na uandike jarida la ufahamu wako
2. Omba na umuulize Mungu akufunulie hali ya moyo wako. Ombi ambalo mimi hunong'ona ni, "Mungu nionyeshe" mimi. "Je, Anafafanua kuwa kuna mtu au watu ambao hujasamehe? Kama kunao, utafanya nini ili kuifanya sawa?
3. Msamaha kwa wale waliokuumiza huenda kinyume cha hali yetu ya kawaida. Kwa nini basi Mungu anahitaji tusameheane? Kuna matokeo yapi ya kutosameheana? Tafuta maandiko ya kuhalalisha majibu yako.
4. Je sadaka ya Kristo ina maana gani kwako na ina kuonyesha vipi namna ya kupenda?

SIKU YA 10

Umuhimu wa kuanza upya

Naye akawaambia,
"Haya kujeni kando mkiwa peke yenu mkae mahali pa faragha na kupumzika kwa muda."
Kwa maana kulikuwa na wengi waliokuja na kwenda, na hawakuwa hata na muda wa kula.
(Marko 6:31)

Tunaishi katika jamii ambapo kila mtu anataka kuonekana akiwa na shughuli nyingi. Hii inaonekana kuwa kweli hasa ya katika DMV (Wilaya, Eneo la Maria na Virginia). Katika mwaka jana, nimekataa dhana ya kuwa na shughuli; na kwa wazi kukataa kutumia neno "s". Mtu akisema, "Najua una shughuli...," Kwa haraka humsahihisha mtazamo wake wa maisha yangu kwa kuwafahamisha kwamba sina shughuli nyingi kwani ninazalisha.

Baadhi wanaweza kufikiria hili ni suala rahisi la semantiki, lakini hayo ni kinyume. Kuwa na shughuli nyingi na uzalishaji ni dhana mbili tofauti na hali ya kuwa. Nimejifunza kwamba "shughuli nyingi" ni kuhusu mimi, lakini "uzalishaji" ni kuhusu Mungu.

Wakati nina shughuli nyingi, kwa ajili ya kuwa na shughuli hizo, ninatawanyika, kuisha nguvu, kuchanganyikiwa, na kutokuwa na ufanisi. Ninapozalisha katika mambo ya Mungu, huwa na umakini, nimetosheka, furaha na amani. Hivyo ndivyo Mungu anataka mimi nawe tuwe. Anataka uishi kwa amani ipitayo ufahamu wa wote, uwe na furaha isiyo na kifani na ufanikiwe katika mambo yote. Ukijipata katika hali ya kuendelea kuchanganyikiwa, unahitaji kuangalia na kurekebisha maisha yako na mapumziko yanaweza kuwa njia moja ya kuanza mapumziko. Si lazima tufanye kazi kila wakati.Yesu alielewa hayo vizuri sana. Ndio maana, katika Marko 6, Yesu aliwaambia wanafunzi wake waweze kupumzika kutokana na kazi. Alijua kwamba katika mapumziko hayo wangeweza kuanza upya na kupata nguvu za kuweza kuzalisha katika hatua yao ya pili ya maisha.

Kwa nini tunakataa kupumzika? Kiburi. Kwa kweli, tabia za shughuli hizi huendeshwa na kiburi. Kiburi chako hukufanya uamini ya kwamba huwezi acha kufanya kazi kwa sababu wewe ni muhimu sana na eti wengine hawawezi kufaulu bila wewe. Lakini huo ni udanganyifu wa adui kukufanya uwe na shughuli nyingi na usiweze kuzalisha. Niamini ya kuwa ukifa leo, marafiki na familia yako watapata njia ya kuishi bila wewe.

Ninakusihi usalimishe wakati/muda wako kwa Mungu na uwe tegemezi kabisa kwake. Hakikisha siku 30 zijazo ni za uzalishaji na zinaMhusu. Ni katika uwepo wake utapata furaha tele na kupumzisha kwa nafsi/ roho yako.

Tafakari Za Kibinafsi

1. Je, Roho anakuzungumzia? Tafakari juu ya Marko 6:30 – 32 na uandike jarida la ufahamu wako.
2. Kulingana na ufafanuzi Dk Celeste, wa kimsingi, wewe una shughuli nyingi au unazalisha? Kama unakabiliwa na shughuli nyingi ni nini kinacholeta tabia hii? Ni kitu gani kilichokusukuma kuendelea na mfano huo wa kuwa na shughuli nyingi? Kama unazalisha sana, ni ulinzi upi unaotumia ili kuwezesha maisha haya bora?
3. Kiburi kinaendeshaje tabia yako unapokuwa na shughuli nyingi kwa ajili ya kuwa na shughuli?
4. Je unapata mapumziko ya kutosha? Kama siyo, utafanya nini ili kuiwezesha iwe sehemu ya kawaida ya mwanzo mpya wa kila siku?
5. Ni shughuli zipi ambazo roho mtakatifu anataka uachane nazo? Kuna uhusiano wowote unatakiwa kuacha? Utakubali akuongoze? Kwa nini au kwa nini usiitikie?

SIKU YA 11

Wa pekee ni mimi

Lakini ninyi ni ukoo mteule, ukuhani wa kifalme,
taifa takatifu, watu wa milki ya Mungu
ili nanyi mzitangaze fadhili zake aliyewaita kutoka gizani
katika mwanga wake mkuu;
(I Petro 2: 9, KJV)

Mimi ni tofauti; nimeishi kuwa hivyo.

Nikiwa katika shule ya msingi, wazazi wangu walijiunga na kanisa la kipentekosti lililokuwa na sheria zingine. Kanuni moja ilikuwa kutomruhusu wanamke kuvalia kaptura ndefu/ longi. Kwa hivyo nilivalia sketi kwanzia shule ya chekechea hadi shule ya upili. Huko Buffalo, Newyork, ulikuwa mji uliojulikana kuwa na msimu mkali wa baridi na kwa hivyo tabia yangu ilikuwa si ya kawaida.

Kwa sababu marafiki wangu wengi walikuwa wakilaani, nilifikiria kujaribu, lakini nilipoanza waliniambia niache. Rafiki mmoja alisema ya kwamba nilikuwa nimeumiza masikio yake. Huruma iliyoje, hata singeweza kulaani vyema.

Mimi si mtumiaji mkubwa wa dawa kwa sababu tulifundishwa katika kanisa la Pentekosti kumwomba Mungu kwa ajili ya uponyaji wetu. Mara ya kwanza mtoto wetu alipokuwa mgonjwa, niliombea uponyaji wake na kuendelea na shughuli zangu. Saa chache baadaye mume wangu aliuliza, "Ni kitu gani ulimpa kwa ajili ya joto"? Nikajibu. "Niliomba." Kwa kweli nilikaa kama mtu wa ajabu.

Daima nimeambiwa ya kwamba mimi hukimbia kiajabu. Siku moja msichana wangu wa miaka mitatu alinishawishi kukimbia naye hadi kwa sanduku la barua. Tukaanza kukimbia. Aaliyah alikimbia kwa uadilifu na fahari akionekana kama mwanariadha. Nami kwa miguu yangu bapa, nikiduguda kwa mtindo wa vidole vya njiwa nilionekana tofauti kabisa. Tulipokuwa tunakimbia nilisikia gari likitukaribia na kusikia wakisema, "Anakimbia kiajabu" Kwa hiyo, ni nini kingine kipya. Mimi ni tofauti na niko tayari kukuwekea dau ya kuwa hata wewe u tofauti.

Ni sawa, kuwa tofauti ni kuzuri kwa sababu kunatuweka katika urafiki mkuu. Yesu aliyetukuka ulimwenguni alikuwa tofauti pia. Alizaliwa na bikra, aliishi katika eneo lilionekana kuwa mbaya (Mtu mmoja alisikika akisema, Je, kuna kitu kizuri kinachoweza toka Nazareti"), alikosa elimu rasmi, alikula na wenye dhambi, aliponya katika siku ya sabato na alikufa ili atupe uhai. Sasa, kama hiyo si kuwa tofauti, basi sijui ni nini. Hata hivyo, ikiwa aliitikia utambulisho wake wa kipekee, hata sisi tunaweza. Sisi ni kuhani wa kifalme, watu wa kipekee walioteuliwa kufanya kazi kubwa ya Mungu.

Mungu anakutayarisha kwa hatua yake nyingine, lakini ni lazima uitikie kile "wewe" amekuita kuwa. Haijalishi kile wengine watasema kwani kumfurahisha Mungu ni muhimu. Kumbuka ya kuwa anatupenda, mimi na wewe – kwa yote na ya kipekee – jinsi tulivyo.

Tafakari La Kibinafsi

1. Je, Roho anakuzungumzia vipi? Tafakari juu ya 1 Petro 2:4 – 10 na uandike jarida la ufahamu wako.
2. Je, unawezahusiana na mawazo ya Dkt Celeste za kuwa tofauti? Ikiwa unaweza, uko tofauti kwa njia zipi?
3. Je, ni tabia zipi unazopata changamoto kuzikubali?
4. Ni kwa njia ipi kuwa tofauti kunaweza kuathiri kichanya uwezo wako wa kutimiza wito wa Mungu katika maisha yako?
5. Tuna uwezo wa kuzungumza kuhusu uhai. Tambua angalau mtu mmoja anayepambana na hali ya kuwa tofauti na umtie moyo. Utasema nini ili kumtia moyo yake? Ni sehemu gani ya ushuhuda wako unaweza kumpa ili kumsaidia kuitikia tofauti zake.

SIKU YA 12

Rafiki wa Mungu

*Nawapenda wale wanipendao
Na wale wanitafutao kwa bidii watanipata
(Mithali 8: 17)*

Jana, nilikuwa na uamuzi mkuu wa kufanya. Niendelee au nisiendelee kuandika kwa gazeti fulani. Niliomba kuhusu suala hilo na nilihisi jibu la Mungu, lakini bado nilihitaji uthibitisho. Kwa hivyo nilimlimpigia simu mwenzangu wa maombi. Tulizungumza, na mwishoni mwa mazungumzo mafupi alisema, "Ulikuwa na jibu muda huu wote."

Maneno yake yalikuwa kweli. *Nilikuwa na jibu muda huu wote.* Nilikuwa nimeomba, Mungu akajibu na bado nilikuwa na shaka na si kuamini.

Pengine wengine wenu wameshawahi kuwa katika hali kama hiyo; ambapo unapata shaka ya kuwa umesikia kutoka kwa Mungu ilhali ukweli ni kuwa umesikia kutoka kwake. Au labda una tabia ya kutafuta ushauri kutoka kwa watu wengine bila kwanza kutafuta uso wa Mungu. Kwa kila kesi, Mithali 08:17 inatoa baadhi ya ufahamu. Hebu tuichambue:

Ninapenda wanaonipenda.

Neno "upendo" linatokana na neno la Kiebrania ahab ambalo lina maana ya kupenda kama rafiki au mshiriki. Bila shaka tunajua upendo wa Mungu wa agape (bila masharti) lakini kutupenda kwake kama rafiki ni nyongeza ya faida

Chukua muda mfupi na ufikirie kuhusu urafiki wako wa kidunia. Ni mambo yepi muhimu yanayoleta urafiki mzuri? Ni wakati mzuri, mazungumzo ambayo hayajadhibitiwa, ama unaamini ya kwamba rafiki wako ni wa kweli.? Vilevile, urafiki wetu na Mungu unafaa kuwa hivyo. Hataki kuwa kama dhamana yako unapokuwa mashakani

Wanaonitafuta mapema na kwa bidii watanipata

Uhusiano wa maana na Mungu ni ule wa kutafuta ushauri wake kwanza, na si ule wa wakati u katika taabu. Je, si inakasirisha kuwa na marafiki ambao huja kwako wakati wana haja? Wakati mwingine unaweza fikiria kujiweka mbali nao. Lakini mara ngapi sisi tumegeuka kwa Mungu mwishoni baada ya kupoteza matumaini ya kibinadamu? Rafiki yangu haipaswi kuwa hivyo. Tunapaswa kuwa katika mkao wa kumtegemea, kumtafuta mapema kwa kila jambo. Si asubuhi na mapema tu lakini mwanzoni mwa shida.

Kwa hiyo, mpe Mungu kipaumbele; tafuta uso wake, uwepo wake, na kuwa rafiki yake. Neno lake linaahidi kwamba, "Kisha utaita, na Bwana atajibu; utalia, naye atasema, niko hapa" (Isaya 58: 9a).

Kwa kweli hiyo ni ahadi nzuri kutoka kwa rafiki! Anasikiliza maombi yetu na atayajibu – kuanzia sasa, nitaamini jibu lake.

Tafakari Za Kibinafsi

1. Je Roho ankuzungumzia vipi? Tafakari kuhusu Mithali 8:17 na uandike jarida la ufahamu wako.
2. Ni jambo lipi la kwanza unalofanya unapokumbwa na jambo tata? Je, wewe hujadili kwanza na familia kisha unaenda kwa Mungu au wewe huenda kwa Mungu kwanza?
3. Mungu huzungumza nasi kwa njia tofauti lakini bado anasikika kwa sauti ndogo iliyotulivu akizungumza na nafsi zetu. Je, umeweza mwenyewe kusikia sauti ya Mungu?
4. Unajuaje wakati anaongea na wewe? Licha sauti ndogo, ni njia zipi zingine nini njia anaweza kuzungumza nawe?
5. Je, unafikiria ya kuwa wewe ni rafiki wa Mungu? Ni hatua zipi ambazo umechukuwa ili kujileta hata karibu naye?

SIKU YA 13

Binafsi Muda na Mungu

Kitabu:

Ni jinsi gani roho akizungumza na wewe?

SIKU YA 14

Binafsi Muda na Mungu

Kitabu:

Ni jinsi gani roho akizungumza na wewe?

SIKU YA 15

Nimetangaza vita

> Hatuwezi kushindana dhidi ya mwili na damu,
> lakini dhidi ya ufalme,
> dhidi ya mamlaka, dhidi ya wakuu wa giza wa enzi hii,
> dhidi ya majeshi ya pepo mbaya katika ulimwengu wa roho.
> (Waefeso 6:12, KJV)

Nilipokuwa nikiamka kutoka magotini leo asubuhi, Roho mtakatifu alinielekeza niandike kuhusu vita vya kiroho. Kilichokuwa sijui kidogo ni kuwa ningeshuhudia kwanza kabla ya kutuma kwa hii blogu.

Kitu kibaya Zaidi kinachoweza kutokea unapokuwa ukiblogu ni kupoteza mtandao wa kukuunganisha. Basi, hiyo ndio iliyofanyika. Nilitumia Zaidi ya muda wa saa moja kubuti na kubuti tena, kuangalia kodi na kubonyeza vifungo bila mafanikio.

Nilitaka kukata tamaa lakini nikikaza uwezo wangu kufanya kinyume chake. Kwa utulivu, niliendelea na utaratibu wangu wa kawaida wa: kuwavalisha watoto mavazi, kuwapeleka shuleni – yote haya nikiwa ninaomba Mungu kukemea adui katika hali hii. Nikimshukuru sana, mwishowe alifanya hivyo na niliweza kutuma blogu hii.

Haya yanahusu nini ukiuliza? Ni kuhusu adui kutofurahishwa na yale ambayo Mungu anatenda; ni kuhusu namna anavyojaribu kuharibu hali hiyo ili niweze kukata tamaa. Lakini itachukua mengi kuliko hayo kuniwezesha nikate tamaa ya mpango wangu na wako.

Unaweza kuwa unapatwa na mgogoro kama huo. Chukua muda kufikiria ni nini umesalimisha kwa Mungu. Safari imekuwa rahisi ama ni yenye changamoto? Ninafikiria ya kwamba wiki hizi mbili zilizopita zimekuwa zito kiasi.

Labda umesalimisha hofu kwa Mungu lakini kila hali za kuleta uwoga zimetokea, labda unaangalia kwa makini maneno yako lakini watu na mambo yanakukorofisha/ kukasirisha hata huwezi amini ama labda umetoa asubuhi zote kwa Mungu na saa ya kengele inakataa kulia. Ninaweza endelea lakini nafikiri ya kuwa umeelewa.*Kuna vita inayoendelea na tuko ndani yake.*

Usishangazwe mambo yote yanayoweza kwenda mrama yakitokea. Adui amekasirika nawe na ametangaza vita. Lakini, jitie moyo. Andiko linatukumbusha kwamba, "Kubwa zaidi ni yeye aliye ndani yangu ni mkuu kuliko yeye aliye katika dunia (I Yohana 4: 4)." Kwa hiyo, una mamlaka juu ya adui na yeye atakubali amri yako.

Wanajeshi hutumia alama ya siri wanapokuwa tahadharini. Alama hiyo ni nyekundu. Tuko tahadharini katika siku 25 (ishirini na tano) zijazo. Piga kengele kwani vita inaendelea. Hata hivyo Mungu yumo nasi na tutashinda.

Hivi ni vifaa ambavyo unahitaji kumaliza yale ambayo adui anatuma njiani yako.

Neno – tafakari kulihusu mchana na usiku. Weka kwa kumbukumbu zako maandiko yanayozungumzia hali yako.

Maombi – wasiliana na Mungu kila mara ili kuimarisha uhusiano wako naye na kukuwezesha kuhisi neema yake anapokupitisha katika changamoto za hali hii.

Msaada wa kiroho - aina moja ya msaada wa kiroho inatokana kwa blogu hii. Lakini vyanzo vingine vya msaada vinaweza kutoka kwa mke/ bwana yako, familia, marafiki au kwa mwenzako wa maombi.

Kujizuia – Adui hana haja na faraja yako. Anaendelea kukusumbua mpaka usumbuke, upate hasira na hata kulia. Lolote lile, weka akili yako chini ya mamlaka ya Roho Mtakatifu. Uwe mwanajeshi na uvumilie hadi mwisho.

Usichukuwe mbinu za shetani ukiwa umelala chini; piga magoti na utumie mamlaka ambayo kristo amekupa. Sema kwa nguvu zako zote, "Nakukemea kwa jina la yesu" na atatoroka (tazama Yakobo 4:7)

Leo asubuhi, Mungu aliweka wimbo wa Wes Morgan moyoni mwangu. Nilipoingia garini langu, ulikuwa unacheza redioni (si unapenda jinsi Mungu anavyofanya hivyo?). Wimbo unasema; ananiponya, ninaenda kumwabudu." Furahini kwa kuwa Mungu analainisha kila mahali pasiponyooka. Anatengeneza njia nyikani na mito jangwani.

Hata hivyo, adui amekasirika, kwa hivyo endelea. Kuna vita inayoendelea na tukiwa na Mungu, tutashinda.

Tafakari za Kibinafsi

1. Je, Roho anakuzungumzia ki vipi? Tafakari kuhusu Waefeso 6:10 – 12) na uandike jarida la ufahamu wako.
2. Vita vya kiroho ni vya kweli. Adui ana nia ya kukukatisha tamaa ili usimalize kufunga. Ni kwa njia gani amesababisha changamoto katika Imani yako? Je, umejilinda au utajilinda aje ili kuhakikisha umemaliza vizuri kufunga?
3. Kuna nyakati umehisi ukiwa katika vita ya kiroho? Matokeo yalikuwa vipi? Ulifanya vipi ili kukaa ukiwa imara?
4. Tunachoamini hudhihirisha tabia yetu. Dk Celeste mapema alitaja kuhusu umuhimu wa kujizuia, sanasana inapokuwa ni kuzuia kisia. Tabia yako ni ya aina gani unapojifunga sasa? Unanugunika na kulalamika au unajiamini na kuwa chanya?
5. Unaamini kwa moyo wako wote ya kuwa Mungu amekupa nguvu dhidi ya adui wako?

SIKU YA 16

Binadamu Wa Ajabu

Na wale walio subiri juu ya Bwana
Watapata nguvu mpya;
Watapanda juu kwa mbawa kama tai,
Watapiga mbio wala hawatachoka,
Watakwenda kwa miguu wala hawatazimia.
(Isaya 40:31)

Siku nyingine nilikuwa nikitazama Stan Lee's Binadamu wa kiajabu katika idhaa ya historia. Kichwa chenyewe kinajielezea. Kila kipindi kilikuwa na watu waliokuwa wanafanya mambo ya ajabu ambayo si ya binadamu wa kawaida. Katika kipindi hiki, kuna muungwana ambaye angeweza kukimbia bila kuchoka. Wanasayansi wa kipindi hiki aliweza kugundua ni kwa nini hayo yalitokea. Asidi ya laktiki, lemikali inayotolewa mwilini katika mazoezi makali yanayosababisha uchovu, ilibaki katika ngazi ya chini mwilini mwake. Kwa sababu hii, alionekana akiwa wa ajabu.

Nguvu mtu huyu alilizoonyesha katika mwili wake wa kawaida ni kama nguvu tulizonazo tuliona kristo na tunapatana kiroho. Kwa Mungu, sisi ni binadamu wa ajabu. Neno lake Neno lake linathibitisha ukweli huu. Nabii Isaya aliandika, tutapiga mbio, wala hatutachoka, tembea na hatutaanguka.

Nguvu hizi za kiajabu hupatikana kwa mchakato wa kungoja. *"Vipi? Unaweza uliza. Kungojea tu?"* Niamini ya kuwa hakuna kitu rahisi kama kungoja. Mwili unataka kila kitu saa hizi. Hata hivyo inasemekana ya kuwa chochote cha maana kupata, kunadhamana kungoja na kuna dhamana kungojea baraka za Mungu.

Nakumbuka siku nilipoitikiwa katika chuo kikuu cha Pittsburgh ili kufanya ya ratiba ya shahada ya juu. Nilifurahi mno. Mazungumzo ya simu yalianza vyema lakini yakageuka kuwa makali aliyenipigia aliponieleza ya kuwa ratiba hiyo haikuwa na msaada wa kifedha wa kushiriki bila pesa/ bure. Lakini Mungu alikuwa amenieleza ya kuwa atanipa msaada wa kifedha katika hatua hii yangu ya masomo. Kwa hivyo sikuweza kukubali. Nilimweleza kwa ujasiri ya kuwa sitaweza kuitikia kujiunga nao mpaka wanitafutie msaada huo. Hapo nikaanza kungoja.

Haikuwa rahisi kungoja. Mara kadhaa nilitaka kuwapigia simu ili niitikie nafasi hiyo bila msaada. Lakini kila wakati, niliomba na Mungu akarudisha upya nguvu zangu. Baada ya wiki tatu, nilipokea simu niliyokuwa nikingoja. Watanilipia ratiba yangu yote ya shahada hiyo ya juu! Nilituzwa kwa sababu niliamini ahadi za Mungu na kungoja.

Acha kujaribu kutimiza mambo kwa nguvu zako mwenyewe. Ikiwa Mungu amelisema, atalifanya. Isaiya 55:11 inasema "Ndivyo neno langu litokalo kinywani mwangu litakuwa; halitarudi bure, lakini litatimiza nipendacho. Litafanikiwa kwa lile nitakalokuwa nimetumia".

Kama unamngoja Mungu ili upate cheo...ngoja; bwana...ngoja; kazi mpya...ngoja; kuitikiwa katika program...ngoja. Hata kama kila kitu kinachokuzunguka kinaanguka na mambo hayaendi kama ulivyopanga, amedhibiti na ataitengeneza kwa wakati wake. Kwa hiyo, natangaza ya kuwa hata wewe unaweza kuwa binadamu wa ajabu ikiwa tu utamngoja Mungu na kuacha nguvu zake za ajabu zifanye kazi maishani mwako.

Tafakari za Kibinafsi

1. Roho anakuzungumzia vipi? Tafakari kuhusu Isaiya 40:26 – 31 na uandike jarida la ufahamu wako.
2. Je, wewe huwa vipi katika kungoja? Unataka kila kitu sasa hivi ama umeweza kumngojea Mungu? Ni kwa njia zipi unaweza kuboresha mtazamo wako unapokuwa ukingojea?
3. Ni changamoto lipi kubwa kuhusu kungoja? Unamwamini Mungu atatenda alichosema atatenda?
4. Kama Dkt. Celeste, umeshawahi pokea habari ambayo ilikuwa kama ile Mungu alikuwa amekupa? Ulifanya nini? Ulikubali au ulingoja? Matokeo yalikuwa ni yapi?

SIKU YA 17

Mungu Aliyendani Yangu

Sanduku la Bwana lilikaa nyumbani mwa
Obed - Edomu Mgiti miezi mitatu.
Naye Bwana akambariki Obed-edomu, na nyumba yake yote.
(II Samweli 6:11)

Umeshawahi jiuliza ni kwa nini uko mahali ulipo? Ni kwa nini Mungu amekuweka kwa kazi fulani kama vile kanisani, vikundi vya jamii, shuleni ama kwa familia? Mimi nimeshawahi.

Nakumbuka wakati mmoja nilikuwa nafanya kazi ambayo sikupenda. Nilikuwa na huzuni na kuhakikisha ya kwamba Mungu na niliofanya nao kazi walifahamu haya. Niliomba aniondoe hapo lakini ni kama maombi haya yalikuwa yanaangukia masikio ya kiziwi. Nilichokuwa sielewi ni kuwa Mungu alikuwa na mpango. Alinitaka hapo na hangeniondoka mpaka mipango wake itendeke.

Tangu wakati huo, nimejua kuutambua mkono mkuu wa Mungu katika hali zangu zote. Hadithi inayonikumbusha umuhimu wa kufanya hivyo imeelezwa katika 2 Samueli 16. Hadithi inasema ya kuwa Daudi na wana wa Israeli walikuwa katika mchakato wa kusafirisha sanduku la Mungu mjini wakati janga lilitokea. Mmoja wao, Uza, aliuawa na Mungu wakati aligusa sanduku. Daudi alisumbuliwa sana na tukio hilo na akasimamisha utume huo/kazi hiyo. Aliacha sanduku hilo nyumbani mwa Obedi – Edomu ambaye alikuwa kakake marehemu

Ninaweza fikiria "furaha" ya Obedi – Edomu ya kuwa na sanduku lililoua kakake likiishi kwake. Inawezekana alishindwa kama angeshikwa na hatma iliyompata kakaye ama labda alitamani awe huru na jukumu la kuweka sanduku hilo. Lakini, Mungu hangeliondoa sanduku hilo hadi angekuwa tayari. Alichokosa kuelewa Obedi –

Edomu ni kuwa Mungu uwepo wa Mungu huleta Baraka. Nyumba ya Obed – Edomu ilibarikiwa miezi hiyo mitatu sanduku lilikaa kwake.

Hadithi hii inahusiana sana na mbinu tunazotumia katika maisha ya leo. Kama tu sanduku, tutawekwa katika mahali ambapo hatutakiwi. Kuna wakati ambao tutadharauliwa na kukataliwa kwa sababu Mungu yu nasi. Hata hivyo, tukiweka Imani na kuamini mipango ya Mungu, hata wale waliokaribu nasi watabarikiwa. Si kwa sababu sisi ni wazuri sana, bali ni kwa sababu Mungu yumo ndani yetu. Neno lake linasema, "Ambapo roho wa Mungu yupo, kuna uhuru".

Kwa mwanga wa ukweli huu, acha kupigana na mpango wa Mungu na kulalamika kuhusu stesheni yako ya maisha. Unaweza kosa kuielewa yote sasa, lakini Anaelewa. Kwa hivyo, amini ya kwamba Ana mpango utakao kusaidia. Ukiwa tayari kuvumilia usumbufu kidogo wa msimu mfupi, wengine watapata fursa nzuri kuona Mungu ndani yako na kubarikiwa Zaidi ya kipimo.

Tafakari za Kibinafsi

1. Ni jinsi gani Roho anakuzungumzia? Tafakari kuhusu 2 samweli 6:11 na uandike jarida la ufahamu wako.
2. Umeshakuwa mahali ambapo huwezi taka kuwa? Elezea hali yako
3. Ikiwa uko katika hali iliyo na changamoto, unawakilisha Mungu vyema?
4. Je, wengine wamebarikiwa kwa sababu ya uwepo wako? Je, wanaweza kuona upendo wa Mungu ikimeremeta kutoka kwako? Ikiwa sivyo, unaweza fanya nini ili uwe mwakilishi mwema wa Mungu?

SIKU YA 18

Msingi wa Mahusiano bora

Tazama, jinsi ilivyo vyema na jinsi inavyopendeza
Ndugu wakae pamoja kwa umoja
(Zaburi 133: 1)

Isipokuwa ikiwa unaishi kwenye kisiwa faragha, basi uko katika uhusianao na mtu mwingine mmoja. Kwa wengine ni rahisi – yeye hupata uhuru kwa kuwa na uhusiano na wengine – na kwa wengine, uhusiano kwa mafupi ni changamoto.
    Mungu anasisitiza mara kadhaa katika maandiko umuhimu wa kuwa na umoja pamoja na wengine. Yeye anajua kwamba afya mahiri maishani ni muhimu kwa ubora wa uhusiano wetu. Utafiti unaonyesha kwamba huu ni ukweli hasa kwa wanawake; upendo ni kila kitu katika maisha ya wanawake. Kwa upande wake, ukosefu wa afya, mahusiano bora yanaweza kusababisha unyogovu, wasiwasi na matatizo mengine ya kisaikolojia. Ukweli huu wa maisha unathibitisha kwamba Mungu aliyotuunda tuwe katika mahusiano mazuri na kukaa kwa umoja. Hebu tujadili njia mbili za kudumisha umoja.
    Ikiwezekana, tatua migogoro bila kuwashirikisha mtu wa tatu. Naamini kuwa migogoro mingi katika mahusiano inaweza kutatuliwa kwa kwenda moja kwa moja kwa mtu ambaye uko na mgogoro naye. Biblia inathibitisha kwamba hii ni hatua ya kwanza ya kutatua migogoro. Mathayo 18: 15a inasema, "Hata kama ndugu yako amekukosea, enda kwake na mwambie kosa lake kati yako na yeye."
    a. Ni mara ngapi umekuwa katika mgogoro na mtu na badala ya kuangalia chanzo cha migogoro yako, unahusisha mtu mwingine

(ambaye kwa kawaida hana uhusiano wowote na tatizo au suluhisho). Katika uwanja wa saikolojia hii ni kuunda pembe tatu. Kwa mfano, mume na mke ambao wana matatizo, wakihusisha mtoto wao watakuwa wanaunda pembe tatu naye.; katika kampuni, wafanyakazi wawili hawashiriki vyema katika mazungumzo na mmoja au wote "waunde pembe tatu na mfanyakazi mwingine.. Mbinu hii inaweza kukabiliana na wasiwasi kwa muda mfupi, lakini ni njia ya waoga ya kutafuta suluhu.

b. Azimio la kweli linahitaji utulize hofu ambayo inawezekana ya Imani ya kwamba mtu huyo mwingine hatakupenda tena au atakufikiria mabaya. Hofu ina nguvu ya kutoa motisha. Ukiweza kufanikiwa katika mahusiano na kuishi kwa umoja, hofu haitakuwa sehemu ya mchakato wa azimio lako.

Achana na haja ya kuwa sahihi/sawa kila wakati. Je, ninahitaji kusema zaidi? Si kila wakati wewe huwa sahihi. Ni kawaida ya binadamu kujiweka katika mwanga bora hata hivyo, haja ya kuwa sahihi kila wakati ni ishara ya hofu.

Nawahimiza ukaribishe wazo la kuwa mtu mwingine anajua kitu ambacho hujui. Najua inaonekana kama kitu kisichowezekana lakini jaribu tu kidogo. Unaweza kuwa unajipatia amani na kujiongezea uhusiano zaidi. Hakuna mtu anapenda mjuaji, lakini kila mtu huvutiwa na roho sikivu na inayofundishwa.

Mwishowe, amua kuishi leo kwa umoja katika mahusiano yako kwa sababu itakusaidia sana. Ukiwa katika uhusiano unaotaka kuundwa tena, muulize Roho mtakatifu akupe maneno ya kuzungumza ili mgogoro huo utatuliwe. Ikiwa juhudi zako hazitafua dafu na bado unaamini ya kuwa uhusiano huo una dhamana ya kuokolewa, tatuta mtu wa tatu ambaye hahusiki katika upande wowote ili amsaidie kutatua mgogoro huo.Itakuwa ya dhamana kwa sababu utakuwa ukilitii neno la Mungu kwa jambo hili utaweza kuvuna faida (k.v (kama vile) Amani, furaha nk (na kadhalika).

Tafakari Za Kibinafsi?

1. Je, ni jinsi gani Roho anakuzungumzia? Tafakari kuhusu Zaburi 133 na uandike jarida la ufahamu wako.
2. Je, unaweza weka kiwango kipi katika mahusiano yako? Yana afya na kunawiri au yamejaa changamoto na migogoro. Unaweza kufanya nini ili kuboresha mahusiano yako?

3. Je, kuna uhusiano wako ambao una matatizo? Ni nini kilisababisha matatizo hayo na ulicheza sehemu ipi kwa haya yote? Utafanya nini kuufanya sawa tena?
4. Hatimaye ubora wa uhusiano wangu huonyesha uhusiano wetu na Mungu. Je, uhusiano wako na Mungu ni wa aina gani? Unaweka wakati wa kumtafuta?
5. Kama hujipendi, ni vigumu kumpenda mtu mwingine. Unahisi aje kujihusu? Kuna mambo yanayohitaji kutatuliwa? Utaanza wapi? Utazungumza na nani kuhusu haya?

SIKU YA 19

Bado nimejisalimisha

> Nao wakamshinda kwa damu ya Mwanakondoo
> na kwa neno la ushuhuda wao,
> (Ufunuo 12: 11a)

Tuko karibu asilimia hamsini ya kufunga huku. Unaendelea aje? Uzoefu wangu na kufunga huku kunanionyesha mahali unapoweza kuwa umefika katika mchakato huu. Saa hizi, ikiwa umejitolea kabisa kufunga – unaweza kuwa umezidiwa na kujisalimisha. Kwa mfano, ikiwa umesalimisha hofu, unaweza kuwa unahisi ikiwa imekumaliza, ukiwa umeidhibiti, kila kitu kingine kinaweza kuwa kinaanguka; ama ikiwa unatumia muda Zaidi na watoto wako, chochote cha kusumbua kinakuja kusumbua kimefika.

Kuharibu mambo Zaidi, adui anakushambulia na kila wazo hasi na hali anayoweza ili kukufanya ukate tamaa ama uanze tena upya lakini usijaribu. Kazana kwenye shinikizo kwa sababu uko karibu na mstari wa kumalizia. Nakuhakikishia kuwa mahali fulani karibu Siku ya 28 (ishirini na nane), au muda mfupi baadaye, utaanza kuhisi ukiachiliwa.

Kesho nitakuwa na wakati wangu mwingine wa ujasiri na ushujaa. Ninazungumza na kundi la wasichana wa darasa la 9 (tisa) hadi la 12 (kumi na mbili) katika mkutano wa wanawake utakaokuwa na washiriki 4,000 (elfu nne). "Ni kipi cha kuleta changamoto hapo?"Unaweza uliza. Chote. Ngoja nitoe ushuhuda ili niweze kushinda kwa maneno yangu.

Kwanza, sijiamini ninapokuwa katika makundi makubwa ya wanawake. Pili, Mungu ameniagiza kuhudhuria mkutano bila vipodozi. Ungefaa kujua hadithi yangu ili uweze kuelewa namna wanawake na vipodozi huenda pamoja.

Kwa kifupi, nikiwa kijana sikukubaliwa na wasichana nilioona wakiwa muhimu. Nilihitimisha ya kuwa nilikuwa na kasoro.; nilikuwa tofauti sana. Zaidi ya hayo,,sikufikiria au kuzungumza kama wasichana wengine, nilivaa sketi kila wakati na nilikuwa na chunusi usoni. Kwa hivyo, nilipokuwa mzima, niliamua kuboresha sura yangu (sikufanikiwa kubadilisha tabia. Uhalisi wangu daima ulipata njia ya kujitokeza) kungenifanya nikubarike kwa hivyo nikaanza mapenzi yangu na vipodozi.

Ndio, yalikuwa ni mapenzi. Kwa kweli Mungu aliniambia ya kuwa ilikuwa miungu. Ipasavyo, alipendekeza ya kuwa nisijipake vipodozi hivyo nilipokuwa nikizungumza katika mkutano la Mkoa wa Mama Mwema huko Bufallo, Newyork. Nilipingana na pendekezo hilo lakini sote tulijua ya kwamba Mungu ndiye angeshinda kwa sababu ninampenda na kumwamini na (karibu) daima hukubali maombi yake.

Tangu mkutano huo, sijawahi jipaka msingi wa vipodozi. Si kusema ni mbaya ni vile tu hivi sasa ni mbaya kwangu. Kwa hivyo, nilihofu walipotangaza ya kuwa ningekuwa mmoja wa spika katika mkutano wa wanawake katika kanisa la kwanza la kibaptisti la Glenarden. Mimi pamoja na wanawake 40,000 (elfu arubaini) wageni. Je, wangenikataa? *Nitahitaji kabisa kuitisha msingi wa vipodozi,* nilifikiria. Mara hiyo, Roho Mtakatifu alikataa. Tulibishana na huku machozi yakitiririka, nilikubali.Singevaa vipodozi mkutanoni.

Hilo linawezaoekana kama ni jambo ndogo kwako lakini ni jambo kubwa lenye ujasiri, ushujaa, na uwendawazimu.Ni sawa kwangu kwa sababu itakuwa ya thamana baada ya kujifunga huku. Nitapata tuzo langu la mwisho: *uhuru wa wazo na muundo wa maisha yanayonizuia kuishi maisha ya ushindi.* Hayo rafiki yangu, yana thamana kupigania.

Kujisalimisha kwako ni muhimu. Utakuwa mshindi ukizimia sasa. Uko karibu na mstari wa kumaliza; hakikisha umeenda hadi mwisho.

Tafakari Za Kibinafsi

1. Ni jinsi gani Roho anazungumza nawe? Tafakari kuhusu Ufunuo 12:11a na uandike jarida la ufahamu wako.
2. Je, umeshawahi shawishiwa kuachana na kufunga huku? Unafikiria utasaidika vipi kwa muda mrefu ukiendelea kujisalimisha?
3. Sote tumepatwa na changamoto. Ni changamoto zipi za utotoni zimeadhiri matendo yako kama mtu mzima?

4. Ni aibu wakati mwingine kumwelezea mtu mwingine kuhusu yale tunayokabiliwa nayo. Andiko linatueleza ya kwamba tunashinda kwa sababu ya maneno ya ushuhuda. Shirikisha mwenzako anayekuajibikia au rafiki mmoja wa karibu. Hiyo itakuwa na tofauti zipi? Hayo yatakusaidia vipi?

SIKU YA 20

Binafsi Muda na Mungu

Kitabu:

Ni jinsi gani roho akizungumza na wewe?

SIKU YA 21

Binafsi Muda na Mungu

Kitabu:

Ni jinsi gani roho akizungumza na wewe?

SIKU YA 22

Pangusa Vumbi Kutoka Kwa Ndoto Zako

Kwa maana ndoto huja baada ya kazi nyingi,
Na sauti ya mpumbavu inajulikana kwa maneno yake mengi.
(Mhubiri 5: 3)

Kama nilivyotaja katika wadhifa uliopita, nilipata radhi ya kuwahudumia wasichana wa darasa la 9 hadi la 12 katika mkutano wa wanawake uliokuwa katika Kanisa la kwanza la Kibaptisti la GLENARDEN mwishoni mwa wiki hii iliyopita. Ulikuwa wakati wa baraka na Bwana!! Ajenda ya Mungu ilikuwa wazi: wasichana wanatakiwa kuwa na ndoto kubwa, waote kwa ujasiri na kukumbuka daima ya kwamba Yeye hawezi sahau. Aliwakumbusha ya kwamba anapopanda ndoto moyoni, itakuja kutokea/kupita.Ukweli umethibitishwa katika Habakuki 2: 2-3.

Ndipo Bwana akanijibu, akasema:

"Andika maono
Uyafanye kuwa wazi juu ya mbao,
Apate kukimbia anayesoma.
Maana ndoto hii bado ni ya wakati ulioamriwa;
Lakini mwishoni itakuwa itasema, haitakuwa uongo.
Ingawa itakaa, isubiri;
Kwa kuwa haina budi kuja,
Na haitakawia.

Nilipokuwa darasa la 7 (saba), Mungu alipanda ndoto moyoni mwangu. Ilikuwa somo la 4 (nne) katika ukumbi wa kusoma nilipokuwa nikivinjari mikrofiche katika maktaba, nilipata Makala moja kuhusu kijana mmoja mdogo aliyekuwa ameuawa na mamake. Hadithi hii iliusumbua roho yangu sana na hapo ndipo Mungu aliponifafanulia ya kuwa sehemu ya mpango wake. Nilijua ya kuwa nitakuwa mwanasaikolojia.

Safari hiyo ya kutimiza ndoto hiyo ilikuwa gumu. kupambana ili nipate msaada, kuvumilia chuki, na kuishi maisha duni. Hata hivyo, mpango wake kwa maisha yangu ulitimizwa mwaka wa 2002 (elfu mbili na mbili) wakati nilipata shahada yangu ya udaktari. Kwa sasa mimi ni mwanasaikolojia.

Kwa miaka mingi, Mungu amepanda ndoto nyingi moyoni mwangu. Zingine zimetimika na zingine zimechelewa. Nina wasiwasi? Sina hata kidogo. Zitapita nikimngojea Bwana.

Ni ndoto gani ambazo Mungu amepanda ndani yako? Sasa ni wakati wa kuzipangusa, kuziweka kwenye ajenda yako na kuzifuata kama vile Mungu anakuelekeza. Usishughulike sana na maelezo. Msemaji wa kutia moyo Les Brown anasema, "Ni jinsi wala si biashara yako". Mwamini Mungu ya kuwa ameiweza na atapeana njia. Anachotaka kwako ni kukubali kila amri yake.

Utafiti unasema ya kuwa, wanaoandika ndoto zao sanasana wanazifuata na kuzipata kuliko wale ambao hawaziandiki. Kwa hivyo, nakuhimiza uweze kuziandika ndoto zako zote leo. Kisha uziweke katika mahali ambapo utaweza kuziona kila wakati ama unapokuwa ukiendeleza shughuli zako za kila siku. Ngoja iwe ni kumbusho la kile ambacho Mungu amekuahidi. Hakuna cha kuwa umechelewa kabisa. ...ingawa ndoto huchelewa kidogo, atafanya kama alivyosema.

Ngoja nikupe neno la haraka la tahadhari. Kuwa na uhakika ya kwamba ndoto unayotafuta ni ya Mungu na wala si yako. Mwili wetu wanaweza kupata njia na kutuhimiza kufuata ndoto ambayo si sehemu ya mpango wa Mungu maishani mwetu. Kama huna uhakika , omba hekima kutoka kwa Mungu. Kisha muombe akuthibitishie ukweli wake kupitia kwa neno lake au kwa watu wacha Mungu. Wakati ndoto imethibitishwa, amini ya kuwa itatokea licha ya yale maisha yatakayoleta njiani.

Mwishowe, ingawa ndoto huja na harakati nyingi na juhudi chungu, kutaafuta ndoto za Mungu kuna thamana ya kuzipigania. Tia moyo ndugu na dada zangu. Mungu hajamalizana nawe na ndoto zake zitapita.

Tafakari Za Kibinafsi

1. Roho anakuzungumzia vipi? Tafakari kuhusu Mhubiri 5:3 na Habakuki 2:2- 4 na uandike jarida la ufahamu wako.
2. Je, ndoto zako ni zipi? Ziandike hapa chini au kwa karatasi nyingine. Uko katika njia ya kuzitimiza? Ikiwa sivyo, ni nini kinachokurudisha nyuma?
3. Pitia orodha yako hapo juu. Kuchagua ndoto moja na uandike hatua maalumu a unazohitaji kuchukua ili kufanya ndoto hii iwe kweli. Kwa mfano: Nataka kuwa upasuaji wa kiteknolojia. Hatua ya 1 – fanya utafiti wa ujuzi unaohitajika kuwa mpasuaji wa kiteknolojia; Hatua ya 2 - Ongea na mpasuaji mwingine wa kiteknolojia ili kupata maoni yao kuhusu eneo hili, Hatua ya 3 – tafuta nafasi kwa shule, nk
4. Kwa sababu nyingi, watu huhisi aibu kwa wazo la kumweleza mtu mwingine kuhusu ndoto zako. Isingoje kuwa huyo. Chukua ndoto moja uliyoandika kwa swali la 2 (pili). Ambia mwenzako anayekuajibikia ama rafiki wako wa karibu kuhusu ndoto hii. Ulihisi aje kumweleza mtu mwingine? Walijibu vipi?

SIKU YA 23

Mafanikio yako yaja

> Kisha ikawa, aliporudisha mkono wake,
> ndugu yake akatoka bila kutarajia;
> na alisema, "umefanikiwa aje? Uvunjaji huu uwe juu yako!"
> Kwa hiyo jina lake likaitwa Perez.
> (Mwanzo 38:29)

Kuna hadithi moja katika bibilia ambayo imenifurahisha kwa miaka. Inatoka katika sura iliyokatika kitabu cha mwanzo. Sijakisoma kwa muda, lakini leo asubuhi Mungu alinizungumzia na kuhusu "Mwanzo 38". Kwa kweli siwezi kumbuka kilichokuwa katika Mwanzo 38, lakini nilikifahamu nilipofungua kifungu hicho. Ilikuwa ni hadithi ya mafanikio makuu.

Mwanzo 38 ni makalaya hadithi kuhusu Yuda, mwana wa Yakobo na ndugu yake Yosefu. Yuda na ndugu zake wengine walikuwa na wivu sana kwa Yusufu kwa sababu ya upendo Yakobo aliokuwa nao mwanawe. Chuki yao kwa Yusufu iliwaongoza kupanga njamaa ya kummaliza. Kwa ajili ya hayo, aliuzwa utumwani.

Muda mfupi baada ya tukio hili, Yuda alijiondoa kwa familia yake na kwenda kuishi na mwenzake Hira katika Adulamu. Huko, Yuda alikutana na mwanamke, aliyemchukua kama mke wake, naye akamzalia wana 3 (watatu): Eri, na Onani, na Shela. Wakati mtoto wake mkubwa Er alikuwa wa umri, alimpelekea mke, aliyeitwa Tamari. Kwa bahati mbaya, Er alikuwa mwovu machoni mwa Bwana naye Akamwua.

Kifo chake kilimwacha Tamari akiwa mjane, lakini si mjane wa kabisa. Kulingana na mila, Onani aliyekuwa mvulana wa pili alitakiwa kumchukuwa Tamari kama mke wake na kulea watoto kwa niaba ya nduguwe. Jambo hili halikumfurahisha Onani na akawa anazuia kutunga mimba Tamari. Hii ilimkasirisha Mungu na Akamwangamiza.

Maskini Tamari, waume wawili walikuwa wamekufa bila kumwachia mrithi. Kwa hivyo alikuwa na tumaini la mwisho: Shela. Kwa hivyo, Yuda alimwagiza Tamari akae akiwa mjane kwa babake mpaka Shela atakapokuwa wa umri. Kwa bahati mbaya, alikuwa ameamua moyoni mwake ya kuwa Tamari alikuwa mshari na hangempa mvulana wake. Na kwa hayo, akaamua hatma yake, ama alivyofikiria. Alikuwa amemupuuza Tamari. Hakuchukua matokeo hayo akiwa amelala chini; alikuwa na mpango.

Tamari aliposikia ya kuwa Yuda alikuwa anatembelea Timnath kuwanyoa kondoo wake, alijifanya kuwa Malaya. Yuda alichukua chambo hiyo na kumtunga mimba. Baada ya muda fulani, aliposikia ya kuwa alikuwa na mimba, alitoa umri ya kuwa Tamari angamizwe kwa kupigwa mawe. Hata hivyo, Tamari alipothibitisha ya kwamba Yuda ndiye aliyekuwa baba ya mtoto, alitangaza kwa wale waliokuwa wakisikiliza, "Amekuwa mwadilifu kuniliko kwa sababu sikumpa mwanangu Shela".

Kabisa kujiondolea aibu. Lakini hadithi haimalizikii hapo. Mwendo huo wa nguvu wa Tamari ulimpatia kizazi chenye umaarufu. Mtoto aliyezaa, kwa kinaya aliitwa Perez, inayomaanisha kufanikiwa, alibeba mstari wa Mesaya na mwishowe kwa Yesu. Soma Matayo 1:3a

Huo ni mgeuko wa ajabu wa matukio. Mwanamke huyu aliyejifanya Malaya ili kumfanya babake mkwe kumtendea haki, anapata mtoto ambaye ni mzao wa Bwana na mkombozi.

Kama Tamari, tumeumizwa na watu au kuwa wathirika wa hali/ mambo tusiyoweza kudhibiti. Lakini hadithi yake inatuonyesha umuhimu wa kumwitikisha Mungu kutenda kazi. Hatutakiwi kuchukua mbinu za adui tukiwa tumelala chini. Kukata tamaa, hofu, shaka na kuhisi tukiwa na makosa yote yanatoka kwake. Lakini kwa nguvu za Mungu zinazofanya kazi ndani yetu, tunaweza fanya kitu kuhusu hali zetu zilizoangamiana kubadilisha mwendo wa maisha yetu.

Unaweza kuwa umepunguzwa, lakini hilo halifai kuwa hatima ya maisha yako. Umo ndani wala si nje, mshindi wala si mshindwa, kichwa wala si mkia, juu wala si chini (ona Kumbukumbu la Torati). Kwa jina la Yesu, mafanikio yako yaja na yanatakiwa kuja katika siku 17 (kumi na saba) zijazo. Weka nguvu Imani yako. Mwamini Mungu. Mwangalie akiendesha kurudi kwako ambako kutampa neema yote.

Tafakari Za Kibinafsi

1. Je, ni vipi Roho anavyokuzungumzia? Tafakari kuhusu Mwanzo 38 na uandike jarida la ufahamu wako.
2. Je, unahitaji mafanikio? Unaamini ya kwamba Mungu anaweza na atakutoa kwa changamoto uliyo nayo saa hii? Utafanya nini ili kuweka Imani yako ikiwa na nguvu?
3. Who has been your "Judah"? What did they do? In what way, if any, does this hurt still affect your live today? Ni nani amekuwa "Yuda" wako? Kwa njia gani, ikiwa kunaye, inaathiri bado maisha yako ya leo?
4. Mungu hatupi maumivu. Tamari alituzwa vizuri kwa maumivu ambayo alivumilia mikononi mwa Yuda. Je, unaweza ona kama maumivu katika maisha yako yamekuwa ama yatakuwa mpango mkuu wa Mungu? Ikiwa sivyo, omba Mungu ayafungue macho ya moyo wako ili uweze kuona alichokuwekea.

SIKU YA 24

Ombi Lililojibiwa

Ndipo Eli akajibu, akasema,
"Nenda kwa amani, na Mungu wa Israeli
akupe ombi lako ambalo Umemwomba."
(I Samweli 1:17)

Wakati wa kipindi hiki cha kufunga, umetoa kwa Mungu maombi maalum, si kwa ajili ya ukombozi wako mwenyewe, lakini kuomba na kumtafuta Mungu kwa niaba ya familia yako na marafiki. Leo, Mungu amenituma kukuambia kuwa Anakusikia; maombi yenu hayajaenda bila kusikilizwa, wala kujisalimisha kwako kwenda bila kujulikana, na watu wengi watabarikiwa kwa sababu ya sadaka yako.

Asubuhi hii nilipokuwa nikiombea wokovu wa ndugu yangu na ndoa moja hasa, Mungu aliniongoza kwa Samuel 1:17. Inasema "Ndipo Eli akamwambia, Nenda kwa amani, na Mungu wa Israeli akupe ombi lako ambalo Umemwomba."

Hii ni moja ya maneno ninayopenda katika Biblia kwa sababu yamenisaidia kupitia kipindi cha changamoto katika maisha yangu. Mimba yangu ya kwanza ilipoharibika, jambo nilisumbuka na kuhisi vibaya sana. Baada ya tukio hilo, nilikuwa na mawazo hasi chungu nzima: *Je, nilikuwa mzee sana? Je, nitaweza kupachika mimba tena a na kumbeba mtoto kwa muda kamili? Ilikuwa adhabu hii kwa baadhi ya dhambi nilizotenda kitambo?* Kadhalika na kadhalika. Hofu ilipokuwa ikipanda, maswali nayo yalizidi kuongezeka.

Katika jitihada za kupata amani, niligeukia neno la Mungu na naye aAkanielekeza kwa kitabu cha 1 Samweli. Kwanza, sura chache za kwanza ni hadithi ya Hana, mwanamke tasa ambaye alitaka mno kupata mwana. Hivyo, kwa moyo safi aliMlilia Mungu ampatie msaada naye Akakubali. Kwa njia ya uthibitisho, alimtuma Eli aliyekuwa kuhani kwake na ujumbe uliosoma hapo juu. Maneno hayo yalikuwa ni ya faraja kwa Hana na yanatakiwa kuwa hivyo kwetu pia.

Neno linasema, "Kwa maana macho ya Bwana huelekea kwa wenye haki, na masikio yake husikiliza sala zao (1 Petro 3:12). Mtukuze Mungu! Anasikia maombi yetu na yuko tayari kuyajibu. Je, kwa nini unamtafuta Mungu? Omba kwa imani kulingana na mapenzi yake na itatendeka.

Ninajuaje? Si alituomba *tumwitikishe atende jambo jipya* na kutangaza kwamba tutarajia yasiyotarajiwa? Si alitangaza kwamba itakuja kupita na kwamba mafanikio yako yatakuja kupita? Nini zaidi anaweza sema? Kama nabii Eli alivyomwagiza Hana, "Nenda kwa amani." Kwa maneno mengine, ridhika leo, mtukuze Mungu kwa kile amefanya tayari na subiri kwa matarajio, bila wasiwasi, kwa kile kinakuja.

Kwa hiyo, ninapumzika katika ahadi za Mungu. Ninamsifu kwa wokovu wa ndugu yangu na ndoa hiyo itarejeshwa. Ninamshukuru kwa sababu nitakuwa yote aliyotangaza katika siku 16 (kumi na sita) zinazokuja na natumai kuwa itakuwa sawa hata kwako pia. Huo unaweza kuwa ni kweli kwa ajili yenu. Usikasirike, imeshafanyika, nenda kwa amani.

Tafakari Za Kibinafsi

1. Ni jinsi gani Roho anazungumza nawe? Tafakari juu ya 1 Samweli 1: 8-18 na andika jarida la ufahamu wako.
2. Maombi gani maalum umeweka mbele za Mungu wakati wa kipindi hiki cha kufunga? Je, unaamini kwamba atayajibu maombi yako?
3. Mawazo ya maisha yako ni ya namna gani? Wakati wa dhiki, unamruhusu adui kukushambulia kwa mawazo hasi na kupata furaha katika kulalamika? Kama ni ndiyo, nini unachoweza kufanya tofauti – wakati mwingine utakapokuwa na shaka kuhusu hali fulani?

SIKU YA 25

Wafu wataishi

Mara tu Yesu aliposikia neno lililosemwa,
akamwambia mkuu wa sunagogi,
"Usiogope; amini tu."
(Marko 5:36)

Nakumbuka kama mtoto, kusikia mhubiri akisema hadithi moja ya ajabu ya jinsi alivyokuwa amefufuliwa kutoka kwa wafu. Ndiyo, umesoma kwa vizuri, kufufuka kutoka kwa wafu.

Mhubiri huyu alikuwa picha ya kutazama; mrefu, mweusi na mwenye umbo lililoharibika. Ulemavu wake, ulitokana na moto, uliolikuwa umemchoma katika eneo kubwa la mwili wake na hatimaye kumuua.

Kwa ukweli, hiyo ingekuwa mwisho wa hadithi, isipokuwa ni Mungu. Kwa bahati nzuri kulikuwa na watakatifu wengi waliokuwa wakiomba kwa niaba yake. Kutokana na maombi yao, aliamka katika chumba cha kuwahifadhi wafu akiwa uchi, na lebo katika kidole cha mguu wake. Je, unaweza kufikiria mshangao, kuweka kwa upole, wa mtumishi wa usiku huo?

Katika siku za Yesu, mkuu wa sunagogi aliyeitwa Yairo alikuja kwake. Akamsujudia miguuni mwake na kumsihi kwamba aende kumwekelea mkono msichana wake mdogo aliyekuwa anakufa. Yesu alikubali. Hata hivyo walipokuwa wakisafiri, kulikuwa na usumbufu mwingi: umati, mwanamke mwenye ugonjwa wa kutoka damu, na bila shaka maombi mengine kwaYesu.

Wakati huo, mtumishi aliripoti ya kuwa binti wa Yairo alikuwa amefariki na kwamba alipaswa kuacha kumsumbua na kumweka Yesu shaka. Kwa watu wengi huu ungekuwa mwisho wa hadithi: yeye ni mfu, yamekwisha. Lakini kama wimbo unatukumbusha, "Hayajaisha mpaka Mungu aseme yameisha; Ana sauti ya mwisho."

Hadithi inaendelea ya kwamba Yesu, alipoyasikia mazungumzo baina ya mtawala na mtumishi wake alijibu, "Usiwe na kamsa na kushikwa na hofu endelea tu kuamini "(Marko 5:36, Bibilia Iliyotiwa nguvu (Amplified Bible). Na kwa hayo Yesu aliendelea kwenda nyumbani kwaYairo, alikozungumza na msichana mdogo na kumfufua.

Majibu yako kwa hali "zilizokufa" ni yapi? Je, wewe hutupa mikono yako juu, kuwa na hofu, na kugaa katika shaka? Au wewe hutumia uwezo wako wote kufuata kilichoibiwa? Natumai ni kama ya mwisho.

Rafiki yangu, usijali ikiwa Mungu amekwambia jambo kwa kiroho na hali yako ya kawaida haiji. Huo si mwisho. Usijiingize kwenye hofu wala kukata tamaa. Badala yake, omba kwa nguvu zako zote, na kumtukuza Mungu kwa yale tayari amefanya. Neno linatuambia tuseme mambo yale ambayo hayako kana kwamba walikuwa hivyo tayari (tazama Warumi 4:17). Huu si wakati wa kukata tamaa lakini wa kuanzisha imani yako.

Je, kuna yeyote mzuri kuliko Yesu unayeweza kuweka imani yako kwake? Yeye pia alitoa maisha kwa hali iliyokuwa imekufa. Alisulubiwa, akazikwa, na kwa siku tatu akafufuka. Ishara hii alionyesha kwetu leo ya kwamba hali zetu zilizokufa zinaweza kurudi uhai ikiwa tutaamini.

Furahi kwa sababu Mungu aliahidi kwamba atarejesha miaka iliyokuliwa na nzige na ya kwamba nyinyi mlio watu wake, kamwe hamtawekwa kwenye aibu (tazama Joeli 2: 25-26). Kwa hiyo, katika kipindi cha siku 15 (kumi na tano), mwitikishe Mungu kufufua na kuleta maisha katika hali yako iliyokwisha kufa.

Tafakari Za Kibinafsi

1. Ni jinsi gani Roho anakuzungumzia? Tafakari juu ya Marko 5: 21-43 na uandike jarida la ufahamu wako.
2. Sote tunahitaji maombi. Taja njia maalum ambazo mwenzako anayekuajibikia anaweza wiki hii kuombea kisha muulize muombe mkiwa pamoja.
3. Je, unakumbuka wakati ambapo ulifikiria kuwa matumaini yote yalikuwa yamepotea na Mungu akafufua hali zilizokuwa zimeaga katika maisha yako? Je, alifanya nini?

4. Neno linasema kwamba ukizimia katika siku ya dhiki, nguvu zako ni ndogo (tazama Mithali 24:10). Je, unawezana aje na dhiki?? Je, unakata tamaa kwa urahisi au unasonga mbele ukijua ya kwamba Mungu ana uamuzi wa mwisho?

5. Je, wakati huu una hali iliyokufa katika maisha yako? Ni nini? Je, unaamini ya kwamba Mungu anaweza kuyafufua?

SIKU YA 26

Kilicho changu Ni Changu

Naye atakuwa kama mti
Uliopandwa kando ya mito ya maji,
Uzaao matunda yake kwa majira yake,
Ambao majani hayanyauki;
Na chochote afanyacho kitafanikiwa.
(Zaburi 1: 3)

Nilikuwa nikitembelea tovuti ya mwenzangu jana usiku na kugundua kuwa alikuwa ameulizwa azungumze katika tukio kubwa liliyokuwa mashariki mwa pwani. Mara moja, nilienda kwa ukurasa wa tovuti ya tukio hilo kuona waliokuwa wameulizwa wazungumze. Nilipokuwa nikipitia tovuti hiyo, mawazo yangu yalianza kuzunguka; shaka ilitishia kunimaliza huku wazo moja la hofu likileta lingine. Treni yangu wa mawazo ilikuwa kama hivi:

Kwa nini sikuulizwa kuzungumza?; Kwa sababu wao hawanijui; Hawanijui kwa sababu sijashikamana na watu wanaostahili; Lakini ni jinsi gani mtu huungana na watu hawa?; Pengine ningekuwa natumia Biblia mara chache; pengine ningeufanya ujumbe wangu kukubalika ulimwenguni kote;Ndiyo, nahitaji kubadilika kwa sababu nisipo, sitawahi jenga jukwaa la kuzungumza na baya zaidi maisha yatanipita.

Mawazo tu, au si hayo? Kama yalikuwa mawazo tu, basi andiko linalotuongoza kuleta "kila wazo kwa ufungwa wa utiifu kwa Kristo

(2 Wakorintho 10: 5b) halitakuwa na maana. Mawazo yetu yana nguvu na tukiyashikilia kwa muda mrefu yataelekeza matendo yetu. Kwa hiyo, huku mawazo yakijaribu kunishambulia, nilifanya kilichoweza kuniletea nafuu – nilipiga magoti na kumwomba Mungu anipe nguvu za kukabiriana na mawazo yangu. Saa hiyo tu, alinifariji kwa maneno haya:

Huwezi kosa nilichokuwekea.

Yale yalikuwa maneno halisi ambayo mwenzangu wa maombi alikuwa amenieleza miezi kadhaa kabla na yaliniletea faraja nilipokumbushwa ya kuwa *siwezi kosa nilichowekewa na Mungu.*

Andiko linatuambia kwamba hatua za mtu mwema zimeamriwa na Bwana (ona Zaburi 37:23). Kwa kuwa mimi ni mwema/ mwadilifu (katika msimamo sahihi na Mungu), nina mazoea ya kutafakari neno lake, na kufurahia kuwa ndani yake, siwezi kosa! Kama wimbo unavyoenda, "Ambacho Mungu ameniwekea ni changu". Vilevile, huwezi kosa ukiwa katika mapenzi ya Mungu. Kama Alisema, ni hivyo; Neno lake halitarudi kwake likiwa tupu na litatimiza malengo ambayo lilitumwa kufanya (tazama Isaya 55:11).

Kwa hiyo, wakati wa masumbuko, shikilia maandiko haya kama ukweli wako: "Furahia kwa Bwana, Naye atakupa haja za moyo wako" (Zaburi 37: 4); na "Ukitii sauti ya Bwana Mungu wako, fuata amri zake kwa makini kama nilivyokuagiza, naye Bwana, Mungu wako atakuweka juu ya mataifa yote ya dunia. Na baraka zote zitakujia na kukupita, kwa sababu umetii sauti ya Bwana, Mungu wako "(Kumbukumbu 28: 1-2). Shangazi yangu Gwen angesema, "Hayo ni maneno ya kuishi nayo."

Usipime maisha yako kwa viwango vya dunia; usikubali ratiba yao kukushawishi kwamba unafanya kitu kibaya. Muda wa Mungu ni kamilifu na kama unatembea katika mapenzi yake, utazaa matunda ya kazi yako kwa wakati wake. Sijui kuhusu wewe, lakini sitaki kile ambacho Mungu hajaagiza. Ingawa linaweza kuonekana likiwa nzuri duniani, mwisho wake ni uharibifu.

Kwa hiyo, ninamtukuza Mungu kwa kutukumbusha kuwa hatuwezi kosa tukitembea kulingana na mapenzi yake. Hatuwezi kosa kuunganishwa na watu wanaostahili, kupata kazi kamilifu, kuteuliwa zaidi katika wizara, kuchaguliwa katika ofisi za kisiasa, kupata mpenzi mzuri, kumiliki nyumba au kuwa na watoto. Kwa hakika, ambacho ameweka kikiwa changu ni changu na chako ni chako. Tia moy .

Tafakari Za Kibinafsi

1. Ni jinsi gani Roho anazungumza na wewe? Tafakari kuhusu 2 Wakorintho 10: 1-6 na uandike jarida la ufahamu wako
2. Akili ni uwanja wa vita vya adui. Ni mara ngapi unamruhusu adui kutawala mawazo yako? Utafanya nini kudhibiti ubora unaofikiria?
3. Je, unaamini ya kwamba kile ambacho Mungu amekuwekea ni chako? Je, kuna nyakati ambazo unajilinganisha na wengine na kukata tamaa? Ni jinsi gani Mungu amethibitisha kwako ya kuwa mpango wake kwako utafanyika?
4. Orodhesha baadhi ya ahadi ambazo Mungu amekufanyia. Mshukuru kwa ahadi hizo na kumwomba kukupa amani unaposubiri kwa uvumilivu udhihirisho wa ahadi zake.

SIKU YA 27

Binafsi Muda na Mungu

Kitabu:

Ni jinsi gani roho akizungumza na wewe?

SIKU YA 28

Binafsi Muda na Mungu

Kitabu:

Ni jinsi gani roho akizungumza na wewe?

SIKU YA 29

Mungu wa Yasiyowezekana

Lakini Yesu akawangalia na kusema
"Kwa binadamu, hili haliwezekani, lakini kwa Mungu yote yanawezekana"
(Matayo 19:26)

Leo nina ripoti ya mwisho ya sifa. Kaka yangu niliyetangaza ya kuwa atamwitikia Kristo kama mkombozi wake binafsi, alifanya hivyo leo. Jana kabla ya ma mia ya washahidi katika maadhimisho ya babangu ya kusherehekea miaka kumi ya uchungaji huko Lockport, new York, alipata zawadi ya uzima wa milele.

Hiyo si tendo kubwa; ni miujiza. Kakangu Stefano aliyenaumri wa miaka 27 na mdogo wa watoto nane, alikuwa mgumu; hakuonekana akiwa na maslahi yoyote ya ukombozi. Wengine wetu walikuwa wameokoka kwa miaka mingi isipokuwa Stefano. Alitosheka, ama akidhania kuishi katika maisha ya dhambi. Lakini Mungu huwa na kauli ya mwisho na huheshimu maombi ya watu wake.

Niliambiwa baadaye ya kwamba wakati wa maadhimisho, mamangu alisimama kwa ujasiri mbele ya watu na kutangaza ya kwamba watotot wake wote walikuwa wameokoka. Stefano akiwa miongoni mwa watu pengine alidhani, *umesahau kuhusu mimi*, lakini si hivyo. Kwa wakati huo, alikuwa ameanzisha Imani yake na Mungu alifanya yasiyowezekana kwa dakika chache.

Ni mara ngapi Mungu amekuambia ya kuwa atatenda kwa niaba ya familia yako na badala kutangaza tamko lake kwa nguvu, unaketi mpaka adui anafanya uamini vinginevyo. Kwa kweli andiko linatueleza ya kuwa kuna wakati wa kuwa na Imani yetu wenyewe lakini hili si la kila wakati. Wakati mwingine Mungu anataka tutende kwa ujasiri na kutangaza ahadi zake kwa nguvu ili wengine waweze kushuhudia mkono ake mkuu katika hali yako na kuamini.

Katika msimu huu, Mungu anatuitia kiwango kikuu cha Imani inayozidi shughuli zote ambazo tumefanya naye. Anataka tujue ya kuwa, kama aliweza kugawa Bahari Shama, kulisha watu 5,000 (elfu tano) kwa samaki wawili na mikate mitano, kumfufua Yesu kutoka kwa wafu, basi anaweza kusongeza hali zetu.

Utakosaje kumwamini leo? Ametangaza, "Kama una imani kama mbegu ya haradali, unaweza kusema kwa mti huu wa mkuyu: `Ng`oka kwa mizizi na upandwe katika bahari, ' na ungekutii" (Luka 17: 6).

Andiko lingine linasoma, "Na chochote mtakachoomba kwa jina langu, hilo nitalifanya, ili Baba atukuzwe ndani ya Mwana. Mkiniomba chochote kwa jina langu, nitawafanyia".

Naam, nimehasamishwa; Imani yangu imetiwa nguvu na niko tayari kutangaza mapenzi ya Mungu kwa jina la Bwana na Mkombozi wetu. Hapa ni matangazo mawili ya ujasiri na ushujaa:

Ndoa ya ndugu yangu itarudishwa tena katika mwisho wa kufunga huku. Ungejua hadithi, ungesikia hili likiwa jambo lisilowezekana lakini Mungu ni mtaalamu wa mambo ambayo ni magumu kabisa kwa binadamu. Natangaza ya kwamba yanayofanywa kwa Roho yatakwa kawaida yataonekana kwetu kwa kawaida kwa jina la Yesu.

2. Sitakuwa na deni ifikapo mwisho wa kalenda ya mwaka (hii ni pamoja na mikopo yangu). Sijui ni kwa jinsi gani lakini nilipokuwa nikilala usingizi wa mchana Jumapili iliyopita, nilinong'ona ombi ambalo nimekuwa nikinong'ona kwa miaka miwili iliyopita, "Bwana nakushukuru kwa kuwa sina deni yoyote". Wakati huu aliongezea, "mwaka huu". Kwa hivyo, kwa jina la Yesu nimetangaza hatutakuwa na deni katika mwaka wa 2010 (Elfu mbili na mbili).

Ninakushauri uombe, umsikize Mungu na kwa ujasiri ulio takatifu utangaze kisichowezekana kwa binadamu. Wengine wenu mnahitaji karo ya chuo, mpenzi aliyetoroka kurudi nyumbani, mtoto aache kutumia madawa ya kulevya, mpenzi, nyumba mpya, gari, kupandishwa cheo na Amani ya Mungu. Chochote utakacho, amini. Tangaza unachotaka Mungu kukupatia kwa kumweleza mwenzako anayekuajibikia. Unaweza. Tenda kwa Imani na mwangalie akitenda Zaidi ya vile ulitarajia. Ikiwa alitendea kwa kumwokoa kakangu, basi anaweza kukutendea.Heri yatendwe kwa jina la Yesu!

Tafakari Za Kibinafsi

1. Ni jinsi gani Roho anakuzungumzia? Tafakari kuhusu Matayo 19:23 – 30 na uandike jarida la ufahamu wako.
2. Imani ni nini? Mungu hivi karibuni amepima aje Imani yako? Ilikuwa hali gani? Je, mtihani huo ulikuleta karibu au mbali na Mungu? Unahitaji kuwa na nini ili kuongeza Imani yako kwa Mungu?
3. Je, ni lipi la kiujasiri na la kiushujaa utatangaza leo? Ni kipi kisichowezekana ambacho unaamini Mungu atakutendea?
4. Wakati mwingine, katika bidii zetu sisi huzungumza Zaidi kuhusu mapenzi ya Mungu. Je, utahisi aje ikiwa mambo hayatageuka namna ulivyotaka baada ya kufunga huku? Utaamini Mungu atatenda yasiyowezekana?

SIKU YA 30

Wakati mdogo unahitajika

"Maana mawazo yangu si mawazo yenu,
Wala njia zenu si njia zangu, "anasema Bwana.
(Isaya 55: 8)

Leo haikuwa siku ya kawaida. Sikuweza kupatanisha mawazo yangu. Ningeanza kuandika blogu kisha naifuta na kuanza tena. Kila dakika iliyopita ilisababisha wasiwasi wangu kukua. Niliogopa ya kuwa singepata kitu muhimu cha kuandika. Ni kwa wakati huu Roho Mtakatifu alinong'ona maneno haya ya kushangaza, "Mungu hahitaji muda mwingi." Chukua muda mfupi na uwache haya yaweze kuingia na kuenea ndani yako

Mungu hahitaji wakati mwingi.

Mungu jana alituuliza tutangaze Imani yake na kwa mapenzi yake, atakachotufanyia; atakavyotubariki na kututuza kwa ajili ya kafara yetu. Wengine wenu mlikataa kabisa. Hamkuwa tayari kujiweka "hapo nje".

Hata ikiwa Mungu ametangaza mambo mapya na uweze kutarajia yasiyotarajiwa, wengine wenu wanaamini ya kuwa ahadi hizi ni za wengine ila wewe. Hakika hiyo imekuwa hadithi yenu kwa wengine wenu: kuachwa nje, kusahauliwa na si kwa wakati huu. Anaweza kutendea? Ndio anaweza! Na atatenda kwa siku 11 (kumi na moja) zilizobaki ukitoka nje na Imani.

Nilipoanza kuandika blogu, nilitaka wadhifa zangu zifuate muundo maalum. Ningepata njia yangu, ningeandika mada maalum kila wiki. (k.m (kwa mfano) Wiki ya kwanza – hofu; Wiki ya Pili- Kutojidhamini n.k (na kadhalika). Lakini nashukuru Mungu kwa kuwa alikuwa na mpango mwingine. Tunapokaribia kumalizia, nimegundua ya kuwa Ametumia wakati huu kujenga Imani yetu kwake.

Andiko linasoma katika Yeremia 17: 5b, "Amelaaniwa mtu yule amtegemeaye mwanadamu na kuufanya mwili nguvu zake, aliye na moyo ambao umemwacha Bwana." Tumejifunza na tunaendelea kujifunza, kwamba imani yetu ni kuwa katika Mungu, na yeye peke yake; si watu wengine au uwezo wetu wenyewe. Ya mwisho ni dhaifu na inatuongoza kwa adhabu yetu, lakini tunapomwamini Mungu, tunaamini katika chanzo cha wema wote na mafanikio yetu yamehakikishwa. Atafanya tu kama alivyosema, katika kiasi cha muda atakaochagua.

Hebu tuanze tena. Ni nini Mungu alitangaza atakufanyia mwishoni mwa kufunga huku? Kwa hivyo, imetendeka. Ni kwa kujenga Imani yako Anakuruhusu ungoje mpaka wakati wake alioteua. Kwa hivyo, usiangalie hali yako; weka macho yako kwa Mungu. Sijali kana kwamba uko katika wakati wako wa 11 (kumi na moja), alisema atatenda na ametenda. Kwa urahisi kubali na pokea urithi wako.

Amani ya Mungu iwe nanyi nyote leo na milele.

Tafakari Za Kibinafsi

1. Je, Roho anakunzungumzia vipi? Tafakari kuhusu Yeremia 17:5 – 8) na uandike jarida la ufahamu wako.
2. Katika Blogu ya jana ilikuuliza uandike chini unachoamini Mungu atakutendea kabla ya mwisho wa kufunga huku. Je, ulifanya hivyo? Ikiwa sivyo, ni nini kilikuzuia kufanya tangazo hili?
3. Msemo wa kitambo husema, "Anaweza kosa kuja anpotakikana lakini hachelewi. Unaamini ya kuwa hayo ni kweli? Unaweza kumbuka wakati ambao ulihisi ya kwamba umekata tamaa kabisa? Ulifanikiwa baadaye? Ni nini ulijifunza kutokana na kisa hicho?

SIKU YA 31

Neema na Utukufu

Maana, kwa neema mmeokolewa kwa njia ya imani,
ambayo hiyo haikutokana na nafsi zenu,
Hii ni zawadi kutoka kwa Mungu, si kwa matendo,
mtu asije akajisifu.
(Waefeso 2: 8-9)

Tuko katika robo ya mwisho ya mashindano haya. Naomba ubaki ukiwa na lengo ili uweze kushinda na kupokea yote ambayo Mungu amekuwekea.

Jana usiku katika somo la Bibilia, timu ya kusifu iliimba wimbo ambao unaendelea kuenea kwa roho yangu. Maneno ni kama, "Neema yote ni yako, Neema yote ni yako oo Mungu" zimo midomoni mwangu hata asubuhi ya leo. Kwa kweli, neema yote ni ya Bwana kwa yote amefanya na atafanya.

Ninamsifu Mungu haswa asubuhi ya leo. Neema ni upendeleo usiohitaji Mungu na nguvu za kufanya tusichoweza kutenda kwa nguvu zetu. Tulipomwitikia Kristo kama mkombozi wetu, ilikuwa ni kwa neema ya Mungu iliyowezesha. Mwandishi Paulo aliandika:

"Lakini Mungu, ambaye ana huruma nyingi, kutokana na upendo wake mkuu na ambao alitupenda, hata wakati ule tulipokuwa wafu katika makosa, alitufanya hai pamoja na Kristo (kwa neema umeokolewa)," (Waefeso 2: 4- 5).

Bila neema ya Mungu sisi bado tungekuwa wafu katika dhambi zetu, tunagaa gaa baharini ya kushindwa na kukata tamaa.

Kama waumini, ni kwa nini tunaishi katika hali isiyo na neema; ya kutomwitikisha Afanye kazi kwa niaba yetu? Kwa kweli, tungemtaka wakati huo atupatie ukombozi, basi tunamtaka sasa hivi. Ni kwa ajili ya neema ya Bwana tutaweza kukamilisha atakacho maishani mwetu na kufanikiwa.

Nilikweleza kwa wadhifa yangu uliopita ya kwamba nilikuwa na wasiwasi kuandika. Kwa hivyo, wakati Mungu aliponiita kuandika blogu, Najua nilihitaji neema na nguvu kufanya kilichokuwa nje ya kiwango cha ujuzi na faraja yangu.

Nafikiri ya kuwa wengine wenu mnafanya bidii sana kupata ndoto ya Mungu. Amekuahidi "X" na kabla yake kutenda kwa niaba yake, unafanya juhudi za bure za kutenda pia. Mungu hahitaji usaidizi wako; si kwa matendo yako mapenzi yake yatatimika, lakini ni kwa neema yake. Nilimsikia Mchungaji Paulo Sheppard akisema, "Tukipigana, Mungu hatendi. Hii si kumaanisha ya kuwa tunatakiwa tuishi bila kufanya kazi; ila inatukumbusha kwa urahisi ya kuwa Mungu amedhibiti na tunafaa kwenda tu anapotuongoza.

Kwa hivyo, ikiwa Mungu ameahidi kumwokoa mwanao, acha kumpigia makelele. Ikiwa Mungu ameahidi kumlete mume wako kwa ushirika ulio sawa, acha kumkosoa. Ikiwa Mungu ameahidi kukupa gari mpya, usichukue lililotumika. Simama na neno lake, toka kwa njia zako na umuache afanye kazi.

Bila shaka, Mungu atafanya kazi kuu mwishoni mwa kufunga huku na neema yake itamkubalisha ahadi zake zote zitimike. Ikiwa huna Imani yako, soma tena wadhifa uitao *Kujenga na kuanza upya*. Unatukumbusha ya kuwa Mungu anakutafuta ili akubariki kabisa pamoja na familia yako kwa sababu ya sadaka yako. Anachohitaji ni umwamini na uitikie neema yake ibubujike.

Kuwa na ushujaa. Zungumza kwa nguvu kile Mungu amekuahidi atatenda. Andiko linasema, "Ikiwa mmoja wenu atakosa busara, anafaa kumuomba Mungu anayepeana kwa ukarimu bila lawama, na atapewa" (Yakobo 1:5). Kisha atakupa mpango, uamini. Jiepushe kupanga namna utauwezesha kufanyika, wacha neema Zake na nguvu Zake zikuongoze katika kila hatua.

Kwa Mungu kuwe na utukufu. Siwezi ngoja kuona ushuhuda wako wa namna neema yake imekupa nguvu ya kufanya uliyokuwa huwezi kwa nguvu zako; jinsi kujisalimisha kwako kumefanya yasiyowezekana kuwezekana.

"Sasa imba nami, "Neema yote ni yako, oo Mungu"

Tafakari La Kibinafsi

1. Je, Roho anakuzungumzia vipi? Tafakari kuhusu Waefeso 2:1 – 10 na uandike jarida la ufahamu wako.

2. Wimbo unasema, "Neema yote ni ya Mungu." Hiyo inamaanisha nini kwako? Chukua muda mfupi na uandike kitu kimoja ambacho Mungu amekutendea wiki iliyopita; mwezi uliopita ana mwaka uliopita.
3. Je, wewe hukubalisha neema ya Mungu kufanya kazi maishani mwako ama wewe hujaribu kujifanyia mambo karibu yote kwa nguvu zako?
4. Je, umekuwa ama uko kwa njia ya Mungu?
5. Ni hali gani za changamoto ambayo unahitaji kuacha nafasi kubwa lil neema ya Mungu ifanye kazi?

SIKU YA 32

Tenda Kama Uko Karibu Kwenda

"Pitieni kambi na amri watu, mkisema,
'Tayarisha masharti yenu, kwa muda wa siku
tatu utakuwa unavuka Yordani,
ili kuingia na kuimiliki nchi ambayo Bwana,
Mungu wenu anawapa kuimiliki.'"
(Joshua 1:11)

Kuna ujumbe uliohubiriwa na Mchungaji Jona K Jenkins, Sr. wa kanisa la Kwanza La Kibaptsti La Glenarden ulionivutia milele. Kinaya ni kuwa, siwezi kumbuka mada ya ujumbe huo ama kichwa cha mahubiri hayo lakini alama moja muhimu ilikwama kwangu. Alisema ya kuwa Imani inafanya kazi na Mungu akizungumza neno kwa maisha yako, unatakiwa kuishi kama kwamba umefanikiwa.

Nilizungumza na dada aliyenieleza ya kwamba Mungu alikuwa amemwahidi nyumba mpya kwa anwani maalum. Nikamjibu, "anza kuishi/ kutenda kana kwamba uko karibu kwenda." Maagizo yangu kwake yalikuwa:

1. Tupa takataka – Tupa vitu ambavyo havistahili katika makao yako mapya.
2. Tembelea eneo hiyo - Nenda kwa anwani yako mpya na uombee nyumba yako mpya na majirani.
3. Tayarisha usafiri. Pigia simu kampuni za kusafirisha mtu, linganisha bei na amua kampuni ambayo utatumia.

Kwa maneno mengine, TENDA KANA KWAMBA UKO KARIBU KWENDA.

Ikiwa Mungu amekuahidi gari mpya, tembelea wauza magari na uweze kujua yote yaliyomo kuhusu mchakato wa kununua gari. Ikiwa Mungu anataka kukutuma shuleni, anza kutembelea vyuo vya karibu; fahamu ni ipi iliyo na somo lako kuu na ni nani atakayekupatia msaada. Ikiwa Mungu amekuahidi kukupandisha cheo, fahamu yote unayotakiwa kujua kuhusu kazi hiyo ifuatayo. Ikiwa Mungu amekuahidi mume, toka nje na anza kutembea na vikundi vya kirafiki kwa mwanaume ili aweze kukupata!

.Kuna wakati ambao mwanamke mjamzito hushughulika mno kwa kutayarisha kuja kwa mtoto wake. Hata ikiwa safari yake ni ndefu ama ina changamoto, kila mama mjamzito hufikia hatua hii. Inaitwa kukaa kiotani. Ni katika hatua hii ambako anafanya upya nguvu zake ili ajitayarishe kupokea Baraka inayomngojea. Kwa kweli, imeripotiwa ya kwamba vitalu hukamilishwa kwa siku moja na mwanamke mjamzito akiwa peke yake tu.

Siku hizi, nimekuwa nikisikia maneno kama, *anza kutenda kama wewe ni biashara*. Ingawa kila kitu kinachonizunguka hakifanani na biashara (k.m (kwa mfano), bado ninachapisha blogu yangu kwa chumba changu cha familia, ninayazingatia maneno haya. Ipasavyo, nimewasiliana na msanii wa mtandao, nitatafiti kuhusu ajenti wa spika,na kuunda mpango wa kuandika wafanyikazi. Hee, inawezakosa kuonekana ikiwa sawa saa hii lakini ninazalisha huduma ya kimataifa ya uwiano mkuu.

Ni ndoto zipi uko karibu kuzalisha? Haujalisha muda ambao umengojea au chamgamoto za safari, siku ya kwenda iko hapa na kwa Imani imefanyika.

Umeshawahi sikia maneno, "Ifanye bandia hadi utakapofanikiwa?" Naam, hivyo ndivyo tunafanya. Haionekani ikiwa sawa hivi sasa lakini mabadiliko yetu yako hapa; sisi ni wenye biashara, waume wake, wazazi wa watoto waliofanikiwa, wafadhili, washinda tuzo, walimu, wakili, wapishi na wahubiri. Ndoa zetu zinastawi, familia zetu kuokolewa na tuko sawa kiakili, kimwili na kiroho. Na yote haya yamewezekana kwa sababu tumesalimisha nia zetu pamoja kwa Mungu. Sasa yu tayari kutenda kwa niaba yetu.

Kwa hivyo, enda nje ukiwa na Imani; tayarisha matumizi yako na UTENDE KAMA UKO KARIBU KWENDA.

Tafakari Za Kibinafsi

1. Je, Roho anakuzungumzia ki vipi? Tafakari kuhusu Yoshua 1:10-18 na uandike jarida la ufahamu wako.
2. Maneno haya yana maana gani kwako? TENDA KANA KWAMBA UKO KARIBU KWENDA
3. Inasemekana ya kwamba matayarisho pamoja na nafasi kunaleta mafanikio. Fikiria kuhusu ndoto ambayo Mungu ameweka moyoni mwako. Ni kwa njia zipi unatayarisha udhhirisho wa ndoto hiyo?
4. Ni dalili gani ambazo Mungu amekuonyesha ya kuwa Yuko tayari kufanya kazi kwa niaba yako?

SIKU YA 33

Ahadi

> Na kila mtu aliyeacha nyumba,
> ndugu, dada, baba, mama, mke, watoto au mashamba,
> kwa ajili ya jina langu, atapokea mara mia,
> na kuurithi uzima wa milele.
> (Mathayo 19:29)

Kutoka 20: 2-3 inasema, "Mimi ni Bwana, Mungu wenu, niliyewatoa katika nchi ya Misri, katika nyumba ya utumwa. Usiwe na miungu mingine ila mimi. "

Maneno hayo, kwanza yaliyosemwa kwa wana wa Israeli baada ya msafara wao kutoka Misri, bado ni muhimu hadi leo. Hatufai kuweka chochote mbele ya Mungu kwa sababu Yeye anaweza na atatupa mahitaji yetu. Hakuna kitu kinachoweza kuchukua nafasi ya upendo, furaha na amani inayotokana na kumfuata. Na tusije kusahau ukweli kwamba, Yeye hutujaribu.

Muda na wakati katika historia, Mungu alijaribu utiifu wa watu wake. Ibrahimu aliamriwa kumtoa mwana wake Isaka - zao la uzee huo na msingi wa kutimizwa kwa ahadi za Mungu. Ruth aliamua kukaa na Naomi mama mkwe aliyekuwa mjane, badala ya kujiingiza katika maisha yaliyoonekana bora miongoni mwa watu wake. Malkia Esta, ambaye alikuwa amepewa anasa yote maisha yangeweza toa, alihatarisha maisha yake ili kuwaokoa watu wa Mungu kutokana na mauaji. Kwa sababu ya utii wao, sadaka zao zilituzwa vizuri; Mungu alionyesha utukufu wake na kuwabariki zaidi kuliko namna wangepata ikiwa wangekuwa wabinafsi. Kwa maneno mengine, sadaka zao zilizaa mavuno mara mia.

Vilievile, hata sisi tuko kwa nambari hii; tumebarikiwa pia. Siku 33 (thelathini na tatu) zilizopita, katika msimamo mkali wa utiifu, tuliitikia changamoto la Mungu na kusalimisha tulichopenda sana; tulichofikiria kilidumisha kuwepo kwetu. Pamoja tulitoa kafara ya miungu, chakula, wakati ambao hatufanyi kazi, uwoga, kutojiamini, kutosamaheana na kudhibiti – kwa Mungu na tumemtafuta kwa nguvu zetu zote.

Mungu amesema ya kuwa katika kipindi hiki cha kufunga, kafara zetu hazijaenda bila kutambuliwa. Anatuahidi ya kuwa atatubariki mara mia, Baraka ambayo ni kuu kuliko yote tuliyoitisha.

Nimekuwa na furaha kuwa nanyi katika safari hii. Tukiingilia wiki yetu ya mwisho, tusiache kutafakari kuhusu mbali alikotutoa Mungu. Nimekuwa mtu tofauti, sijui wewe. Miungu ya kutojiamini na hofu imechukuliwa na ujasiri na ushujaa lakini huo sio mwisho. Wiki ijao, natarajia kuona mapenzi ya Mungu kwetu

Mwishowe, Mungu ametupa neno kuu wiki hii. Kwa ufupi, hii ni ahadi yake: "Mimi ni Mungu wa yasiyowezekana; miujiza ni eneo langu la utaalamu na sihitaji muda mwingi kuitenda. Nitapata neema ukiitikisha neema yangu ikupe nguvu katika kila tendo.

Tafakari Za Kibinafsi

1. Je, Roho anakuzungumzia vipi? Tafakari kuhusu Mathayo 19:23 – 30 na uandike jarida la ufahamu wako.
2. Ni kafara gani umefanya hapo awali? Ni kwa njia zipi Mungu alikutuza kwa sababu ya kafara hii?
3. Je, kuna watu au hali ambazo unaweka mbele kuliko Mungu? Ikiwa ni ndio, ni akina nani na utafanya nini kusahihisha haya?
4. Unahisi vipi kuhusu wiki kuwepo kwa wiki moja ya mwisho? Mchakato huu umekusaidia kuwa karibu na Mungu? Umeona mabadilliko kwako na kwa wengine? Andika mabadiliko hayo hapa.

SIKU YA 34

Binafsi Muda na Mungu

Kitabu:

Ni jinsi gani roho akizungumza na wewe?

SIKU YA 35

Binafsi Muda na Mungu

Kitabu:

Ni jinsi gani roho akizungumza na wewe?

SIKU YA 36

Hakuna Vihimili Tena

> Tazama, Bwana, Bwana wa majeshi,
> amechukua kutoka kwa Yerusalemu
> na kutoka kwa Yuda ukao wao na wafanyakazi
> [kila aina ya vichocheo],
> mkate mzima na maji yote,
> (Isaya 3: 1, Bibilia Iliyoongezewa -Amplified Bible)

Aaliyah wangu, ambaye yuko karibu kuwa miaka minne, kuna wakati hutaka kuwa mchanga tena, sanasana anapohisi uwoga. Kwa jaribio la kurudi nyuma, yeye huitisha vitu ambavyo vinawakilisha uchanga wake kama vile kikombe cha kunyonya ama strola. Jambo hili likitendeka, AJ, kakake mjuaji aliye na miaka sita hulia kwa mahangaiko, "Wewe si mtoto tena." Kwa wakati huo ukweli wa tangazo hilo humsumbua Aaliyah; naweza ona hasira usoni mwake akijaribu kukumbatia uhalisi wa hali yake mpya: *mimi sasa ni msichana mkubwa.*

Ukweli kwamba, *mimi sasa ni msichana/ mvulana mkubwa,* unaweza kumsumbua mwamini. Kama watoto katika Kristo, anatupa aina ya vitu vingi vya kitoto kama "vichocheo" vinavyotusaidia kufanikiwa. Vichocheo vinaweza kuwa ni kama mafundisho ya wanachama wapya, mwongozo wa kina kutoka kwa washauri wacha Mungu, na uhusiano na baadhi ya wizara za aina ya msingi, lakini kuna wakati inabidi kukua. Ni hapo ambapo Anaondoa vichocheo vyote na Anahitaji tujisimamie. Msimu huu unaaweza kuwa wa kutisha, lakini Roho Mtakatifu yuko pale kuongoza na kwa upole kutukumbusha kwamba sisi tena si watoto wachanga katika Kristo.

Katika mchakato wa kuondoa vichocheo, nimetoka kuwa mtoto mchanga katika Imani na kuwa nyumba iliyo na nguvu nyingi.

Katika mwanzo wa mwaka, Mungu alihitaji niache shughuli nyingi zilizokuwa na maana kwangu. Alinitenga na nikaanza mchakato wa kumjua kwa niaba yangu mwenyewe. Jambo moja alilonifafanulia ni kuwa nilikuwa nikitegemea Imani ya baadhi ya watu; haswa kuwategemea kunieleza kile ambacho Mungu alikuwa akiniambia ilhali hiyo ilikuwa ni jukumu langu. Kwa mfano, wazazi wangu, nguzo za Imani ni mojawapo ya vichocheo vyangu. Nimeambia marafiki wangu mara kadhaa ya kuwa babangu ana Mungu katika simu ya haraka, kwa sababu husikia neno la Mungu kwa haraka.

Kwa hivyo, shida ingetokea ningekimbia kwao. Nilipopatikana na kansa, unabii wa mamangu, "hii siyo mpaka kifo"uliipa nguvu Imani yangu. Rakiki yangu alipopata ugonjwa wa kupooza, maneno ya baba, "atapona kabisa" yaliipa nguvu Imani yangu. Lakini sasa Mungu anasema *hakuna tena*. Ameondoa kichocheo na sasa nitasikia kutoka kwake binafsi na kuzungumza kama aongozavyo. Nitakiri kwamba kunaogofya kidogo, lakini kuna umuhimu katika ukuaji wangu.

Ya kustajabisha ni kuwa niliamka nikiimba wimbo"Yesu ni wa kweli,"na Mchungaji Yohana P. Kee. Wimbo, "Yesu ni wa kweli, najua ya kuwa Mungu ni wa kweli," ulicheza kichwani mwangu tena na tena. Huo ni ukweli wangu kwa sasa. Mwenzangu wa maombi alikuwa ametoa unabii miezi kadhaa iliyopita ya kuwa huu ulikuwa msimu wetu wa "kuona Mungu". Sikuelewa wakati huo lakini ninaelewa hivi sasa. Mungu ametoa kila vichocheo na ninamfahamu vyema.

Ikiwa ni hivyo, hutakuwa ukitegemea neno kutoka kwa mzazi, mhubiri, mhubiri wa filamu, kiongozi ya huduma/wizara na mshauri wako.

Paulo aliandika, "Nilipokuwa mtoto mchanga, nilisema kama mtoto mchanga, nilifahamu kama mtoto, nilifikiri kama mtoto; tokea hapo nilipokuwa mtu, nimeyabadilisha mambo ya kitoto" (I Wakorintho 13:11).

Kutegemea watu wengine kabisa kusikia neno la Mungu ni utoto. Ni wakati tuweze kusikia, kuamini na kuzungumza ukweli wa Mungu kama anavyotuzungumzia. Hatuhitaji kumwogopa ama kurudi utotoni mwetu katika Yesu.

Tafakari Za Kibinafsi

1. Je Roho anakuzungumzia ki vipi? Tafakari kuhusu Isaya 3:1 na 1 wakorintho 13:11 na aundike jarida la ufahamu wako.
2. Ni vichocheo vipi viko maishani mwako?

3. Umuhimu wa kuachilia vichocheo vyako ni uwezo wa kumsikia Mungu na kuwa na urafiki wa ndani naye. Je, Mungu anakuambia ya kuwa ni wakati wa kuachilia vichocheo? Uko tayari kuachilia?
4. Unafikiria maisha yako yatakuwa vipi utakapokuwa bila vichocheo?

SIKU YA 37

Kataa Kukataliwa

"Anayewasikiliza ninyi, ananisikiliza mimi; anayewakataa kuwapokea, anakataa kunipokea lakini yeyote anayekataa kunipokea, anakataa kumpokea yule aliyenituma."
(Luka 10:16)

Wakati wa huduma yake ya umma, Yesu alichagua na kuteuwa watu sabini kwenda wawili wawili katika kila kijiji na mahali ambapo yeye mwenyewe hatimaye angeingia, kuhubiri habari njema ya injili (ona Luka 10: 1). Alitoa wito kwao kuwa wazalishaji na kufanya kazi kwa mujibu wa mamlaka waliyopewa.

Sabini walifanya kama walivyoelekezwa. Kwa upendo wao walihubiri "Utawala wa Mungu umekaribia," na kwa mamlaka wakatoa pepo, na bila uchochezi walizungumzia baraka juu ya wale waliompokea na kulaani wale ambao hawakumpokea. Hata katika uso wa moja kwa moja wa kukataliwa, hawakuogopa au kubadilisha ujumbe; walitoa mateke vumbi miguuni mwaona kuendelea mbele. yao na wakiongozwa juu.

Babangu alimwitikia Kristo nilipokuwa na miaka sita. Yeye na marafiki wake waliokuwa na wakristo wenye msimamo dhabiti walikuwa na moto juu ya Mungu na hawakusita kuambia ulimwengu wote. Katika bidii yao, - na kitisho kwangu – walianza wizara ya mtaani. Marafiki wangu wangeniuliza, Ni kama niliona babako akihubiri kwenye kona? Ningekataa hgaraka ya kwamba nilimjua mtu huyo. Lakini ndio, alikuwa ni babangu na marafiki wake wakihubiri mtaani.

Wapita njia wangepita kando ya barabara, viringisha macho, ziba masikio na kupinga ujumbe wao lakini hayo hayakuwazuia. Walielewa tunachotakiwa kuelewa leo, ya kwamba si wao walikataliwa bali ni Kristo. Kwa kupitia hayo, walijifunza kutataa kukataliwa. Kukataa kukataliwa si jambo tulilozaliwa nalo. Kila kitu kilichondani yetu kinalia ya kuwa tunatakiwa kuepuka kukataliwa kwa gharama yote. Tunaelekezwa leo kukataa kukataliwa.

Unaweza kuwa huna wizara ya mtaani kama ya baba au kwenda kutoka sehemu moja hadi nyingine kama sabini hao, lakini una jukumu la kuhubiri habari njema ya injili kwa wale walio karibu yako, kwa maneno na vitendo. Usikasirike kama familia, marafiki, na / au wafanyakazi wenza hawafurahishwi na "upya" wako ambao umeibuka kama matokeo ya kufunga huku. Rafiki yangu, hayo huja na eneo. Chochote kitakacho tokea, waambie ukweli wa neno la Mungu na wakilikataa, ng'atunka na upanguse vumbi miguuni na uendelea kusonga mbele.

Natumai umetambua ya kuwa umekuwa tofauti kutokana na kufunga huku; hakuna mtu anayeweza kukutana na Mungu na abaki bila kubadilishwa. Kwa hiyo, kuwa katika nyumba ya baba yako na fanya anachohitaji. Atakutumia kuita kuwepo kwa jambo ambalo halikuwa mbeleni, kuhamisha milima katika imani na kuteka watu kwake. Baada ya muda utakuwa na ushahidi huo kama sabini, ambao waliripotiwa kwa Yesu, "Bwana, hata pepo wametutii tulipolitaja jina lako." Msifuni Mungu kwa kuwa tuna mamlaka yote juu ya adui. Hakuna kitu cha kuogopa. Kwa hiyo,weka imani, fuata maelezo, na jifunze kukataa kukataliwa.

Tafakari Za Kibinafsi

1. Je, ni vipi Roho anakuzungumzia? Tafakari kuhusu Luka 10:1 –20 na uandike jarida la ufahamu mwako.
2. Je, wewe hufanya nini unapokataliwa? Je, wewe hujeruhiwa kwa haraka unapokataliwa na mtu mwingine ama unaweza kujipangusa na kuendelea na maisha? Ikiwa ni kama ya mwisho, maandiko ya Lika 10 yatakusaidia vipi kuepukana na kukataliwa?
3. Unahisi ya kwamba Mungu anakuita kufanya jambo kubwa kama baba ya Dkt. Celeste
4. Je, unatiwa moyo unapokumbushwa ya kuwa mapepo yamo chini ya Yesu? Je, ukweli huu utakusaidia kuachilia hofu ili uweze kufuata amri za Mungu vyema licha ya uwezekano wa kukataliwa/
5. Ni sehemu gani ya maisha yako utaifanyia kazi ili kuachilia hofu?

SIKU YA 38

Unyenyekevu Kama Wa Mtoto

Kwa hiyyo, mwenye kuchukua nafasi nyenyekevu ya mtoto huyu ndiye aliye mkuu katika Ufalme wa mbinguni.
(Mathayo 18: 4)

Nilifahamu leo asubuhi kwamba Mungu anahudumu kwetu maagizo yake ya mwisho. **Jumatatu**: *Hakuna vichocheo tena*; **jana**: *Kataa kukataliwa* na **leo**: *Unyenyekevu wa mtoto*. Kwa sababu hiyo, aliye na sikio, alisikie neno hili ambalo Roho ayaambia makanisa" (Ufunuo 2:17).

   Hapo mwanzo wa Mathayo 18, wanafunzi wa Yesu walikuja kwake na kuuliza, "Ni nani aliye mkuu katika Ufalme wa mbinguni?" Yesu, katika mtindo wake wa kawaida, alieleza jibu lake kupitia kwa maonyesho. Aliita mtoto na kusema, "Amin, nawaambia, mpaka ujibadilishe na kuwa kama watoto, hutakuwa na njia ya kuingia katika Ufalme wa mbinguni" (Mathayo 18: 3).

   Kama waumini tunajua kwamba hatima yetu ni mbinguni, lakini ufalme ambao Yesu anazungumzia katika Mathayo 18 ni ufalme wa Mungu hapa duniani. Kila moja wetu tumepewa ufalme ambao mara nyingi huitwa "hatima" ambayo ni sehemu yetu ya kazi. Kuwasili kwetu kwa eneo hili kunaamuliwa na Mungu, ambaye pia ni sanjari wa mawazo yetu. Bila mawazo sahihi hatuwezi kamwe kuwasili. Kuchukua wana wa Israeli kwa mfano. Kulalamika kwao na kiburi kuliiba nafasi yao ya kuishi katika nchi iliyojaa maziwa na asali.

Hatima ya mawazo ni moja ya jumla ya kujisalimisha na unyenyekevu kamili. Neno unyenyekevu linatokana na neno wanyenyekevu ambayo ina maana hauna kiburi au majivuno. Wakati mmoja ni mnyenyekevu anaishi maisha ya utiifu na akujiona akiwa chini katika ngazi. Yeye hagombei nafasi, wala kukanyanga wengine ili kujiendeleza na kuzingatia tu mahitaji yake mwenyewe. Hapana, muumini mnyenyekevu ni kama mtoto.

Ni ajabu kuangalia watoto. Nina furaha ya kuwa mzazi wa zawadi mbili ndogo za ajabu. Kwa bahati mbaya, kuna wakati ambao wanatabia mbaya na ni lazima kurudiwa. Hata hivyo... dakika moja wanalia na kuwa na hasira, lakini nyingine ni wanyenyekevu na wanaomba msamaha, huku wakinikumbatia kiunoni.

Hilo ndilo baba wetu wa mbinguni anataka tufanye: kujisalimisha kabisa na imani ya mpango wake. Hatafuti aliye mwerevu zaidi au kuhitaji tuwe na shahada au mafanikio mengine, kwa hakika "wa mwisho atakuwa wa kwanza, na wa mwisho atakuwa wa kwanza." Yeye anatafuta tu ambaye anaweza kutumia kujenga utawala wake.

Kufunga kumekuwa kunahusu kutekeleza roho ya unyenyekevu na kupiga vita vinavyotuzuia kuwa namna ambayo Mungu anataka . Haijakuwa rahisi lakini jitihada hizo zimekuwa na thamana. Suala la kutosha ni kuwa tulianza kufunga huku na majadiliano juu ya unyenyekevu (tazama Kutarajia yasiyotarajiwa) na kumalizia na nayo. Ni wazi kwamba tunahitaji unyenyekevu wa kuwa yote ambayo Mungu ametuita tuwe.

Mwisho, namshukuru Mungu kwa ajili ya mchakato wake wa kutakasa. Tumepewa vifaa bora vya kazi ya ufalme kwa sababu tumetekelezwa, kupitia kujisalimisha na unyenyekevu kama wa mtoto.

Tafakari Za Kibinafsi

1. Je, Roho wa Mungu anakuzungumzia vipi? Tafakari kuhusu Matayo 18: 1- 5 na uandike jarida la ufahamu wako.
2. Kujisalimisha kwako kunaonyeshaje unyenyekevu wako?
3. Ni kwa nini unafikiria unyenyekevu ni muhimu sana kwa Mungu? Ni eneo lipi la maisha unaweza tekeleza Zaidi unyenyekevu?
4. Unyenyekevu ni muhimu kwetu ili kuwa katika mahusiano bora. Waroma 12: 3 inasema, "Ninasema, kwa neema niliyopewa, kwa kila mtu aliyekati yenu asifikiri kuwa mkuu kuliko anavyopaswa kufikiria lakini anatakiwa kufikiria vizuri kwa sababu amemgawia kila mtu imani kiasi. "Je, unafikiri kuwa na unyenyekevu katika mahusiano yako kutawaimarisha?

SIKU YA 39

Msubiri Bwana

"Kwa hiyo nitawarudishia miaka iliyoliwa na nzige,
Nzige wa kutambaa,
Kuteketeza Nzige wa kuteketeza,
Na kutafuna Nzige wa kutafuna,
Jeshi langu kubwa nililolituma kati yenu.
Mtakula chakula tele na kuridhika,
Na kulihimidi jina la Bwana, Mungu wenu,
Ambaye amekushughulikia vizuri;
Na watu wangu kamwe hawatawekwa aibuni."
(Yoeli 2: 25-26)

Babangu yumo katika ukuu wa maisha yake. Ni mume wa Malinda ambaye ni mkewe wa miaka 41 (arubaini na moja), baba wa watoto 8 (nane) waliookolewa, babu wa watoto 12 (kumi na mbili), Mchungaji wa makanisa 2 (wawili), Msimamizi / Mwangalizi wa makanisa mengine 4 (manne), mmiliki wa nyumba nzuri na magari mawili ya kifahari.

Maisha hayakuwa hivyo tulipokuwa tukikua; hatukuwa na pesa/fedha ya kutosha. Baba aliyekuwa pekee mfadhili wetu mara nyingi alikuwa ndani na nje ya kazi. Sote kumi tuliishi katika nyuma iliyokuwa na vyumba vitatu vya kulala na bafu moja. Mara nyingi tulitumia gari la kanisa katika usafiri wetu. Daima tulikuwa na chakula cha jioni, lakini najua kuna nyakati ambazo wazazi wangu hawakuwa na uhakika jinsi angetupatia chakula. Tulitumia misaada ya chakula, tulikula siagi ya serikali, na nguo za "nipatie za chini" (angalau ndugu zangu walifanya hivyo, uzuri mmoja wa kuwa mkubwa wao ni kwamba niliweza kuvaa vitu hivyo nikiwa wa kwanza.

Bila kujali changamoto zilizomkabili, baba yangu kamwe hakuruhusu hali hizo kumzuia kuchukua nafasi yake sahihi ya nyumbani; daima aliipa familia yake kile alichoweza. Wakati huo wote, Mungu alikuwa akiangalia na kuhifadhi baraka zake.

Wakati huo huo, baba yangu alikuwa waziri msaidizi katika mkutano wa ndani wa mtaani. Alikuwa amekaa katika uongozi huo kwa miaka mingi. Wakati wengine wangekuwa wakiwashwa kuwa na kanisa yao wenyewe, baba yangu hakutaka kutoka bila uongozi wa Mungu. Wakati wote huu Mungu alikuwa akiangalia na kuhifadhi baraka zake.

Baba yangu alikuwa na afya mbaya katika miaka yake ya 40 (arubaini). Katikia umri wa miaka 42 (arubaini ya mbili), mama yake alifariki kutokana na mshtuko mkubwa wa moyo. Ipasavyo, alishambuliwa na kwa mara yake ya kwanza na mshtuko wa moyo alipokuwa na umri wa miaka arubaini na mbili na mwingine miaka mingine baadaye. Hata hivyo, aliendelea tena kuwa mwaminifu. Wakati huu wote Mungu alikuwa akiangalia na kuhifadhi baraka zake.

Napenda kusema kuwa nzige waliokula mengi, na mambo hayakuonekana yakiwa mazuri lakini Mungu; kamwe hakawii kuhusu ahadi zake. Katika kipindi cha miaka hiyo, wale Mungu amesema baraka nyingi nzuri kuhusu maisha ya babangu – ya kwamba atakuwa na nyumba nzuri, atamuweka (kimwili) moyo mpya na kwamba atakuwa mchungaji wengi. Kwa sababu neno lake halitarudi kwake likiwa bure, ahadi hizo ni lazima zingerudi. Ingawa hali ya baba mara nyingi ilionekana hatarini, alichagua kuamini Mungu.

Imani yake inabarikiwa sasa na anafurahia matunda ya kazi yake na kuota kwa mfuriko wa Mungu. Mungu kama alivyoahidi amerudisha miaka yote ambayo nzige walikuwa wamekula na babangu hajaaibika.

Labda unaweza tu kuhusiana na sehemu ya kwanza ya hadithi yake. Unaweza kuwa unajitahidi, huna uhakika wa mpango wa Mungu, na kuongezeka umechoka na kila siku inayopita, lakini usikate tamaa. Mungu ni anahifadhi up baraka yako.

Leo, baba na mama yangu ni mifano ya namna ya kumsubiri Mungu. Amewarejeshea kila kitu na sasa wameroa kwa mvua wake. Mungu wetu ni mwaminifu. Kwa kweli, anawatayarisha kwa mengine mengi pamoja na huduma za kimataifa. Nani anasema ya kuwa Mungu hawezi rejesha muda uliopotea? Anaweza na atarejesha.

Kama Mungu mwenyewe alivyorudia mara nyingi kusema, kujisalimisha kwako hakutaenda bila kuonekana. Nia yako ya kuwasilisha mpango wake kwa siku hizi 39 zilizopita kumemfanya ahifadhi baraka zake kwa niaba yako. Kwa sasa unaweza ona baadhi ya faida, lakini huo ni mwanzo tu. Una mavuno tele yanayokusubiri kwa hivyo usikate tamaa. Subiri Bwana na kuwa na moyo wa ushujaa. Utaota kwa mafuriko na kuvuna mavuno tele, usipozimia. Chochote nzige amekula au kuiba, Mungu atarejesha na hutakuwa na aibu. Amina.

Tafakari La Kibinafsi

1. Ni jinsi gani Roho anakuzungumzia? Tafakari kuhusu Mfalme wa Kwanza 8: 56; Yoshua 21:45 na Yoeli 2:18 – 27 na uandike jarida la ufahamu wako.
2. Mungu atarejesha yote yaliyoliwa na nzige. Ni eneo lipi la maisha yako linahitaji kujengwa na kurejeshwa?
3. Katika kipindi hiki cha kufunga, ni vipi Mungu amefanya mabadiliko kwa hali zako?
4. Unaona ni vipi Mungu anaendelea kurejesha katika kipindi cha mwaka huu? Cha miaka mitano ijao, cha miaka kumi?

SIKU YA 40

Mungu Ametenda Jambo Jipya

Karibu kwa siku 40 (arobaini)! Imekuwa safari ya kustajabisha. Huenda unakumbuka kwamba tulianza safari hii kwa maneno haya: Hebu Mungu atende jambo jipya na kwa hivyo kumalizia na msemo huu: Mungu Amefanya Jambo jipya.

Kuanzia mwanzo, Mungu walituambia tumpatie siku 40 (arubaini) na moyo uliosalimishwa na angeweza kubadilisha maisha yetu. Ninamsifu kwa yale amefanya! Wimbo uitwao, *Ajabu* wa marehemu Askofu Walter Hawkins ni unapiga roho yangu:

Nitaimba sifa zako
kwa kuwa umefanya jambo kama la Ajabu.
Kwa mtu aliye mnyonge
bado umekomboa nafsi yangu

Hakuna mtu mwingine angeweza kufanya hivyo.
Hakuna mtu angejali hata nusu yake.
Hata hivyo, uliona thamani ya moyo wangu.
Hivyo ukatoa mwanao wa pekee.

Ulimtoa ili nipate kuishi.
Ulimlitoa ili nipate kuwa huru.
Kubadilisha maisha yako kwa ajili yangu.
Ni jambo la ajabu umefanya.

Nimekimya ipasavyo asubuhi ya leo. Ninamsikia tu Mungu akisema, "Oo, mshukuru Bwana" (Zaburi 105: 1a)! Chukua muda huu asubuhi hii hadi mwishoni mwa wiki kutafakari juu ya yale Mungu amefanya katika kipindi hicho cha siku 40 (arubaini). Naomba umruhu afanye jambo jipya kwako.Barikiwa!

MWISHO

Imekuwa karibu mwaka mmoja tangu nipoandika blogu hiyo, lakini kila wakati nikiisoma, ninatiwa moyo tena. Kadhalika, ninaendelea kupata barua pepe na simu kutoka kwa washiriki wengine ambao wanaendelea kuona faida ya kujisalimisha kwao.

Kwa hivyo unaweza kuwa unashangaa kama matangazo mawili ya mwisho niliyotangaza katika siku ya 29 (kumi na tisa) yalijibiwa njia niliyotaka. Jibu ni hapana. Ndoa ya ndugu yangu iliisha na sikuwa kabisa nimemaliza madeni mwishoni mwa mwaka 2010. Hata hivyo, utukufu ni kwa Mungu.

Nilipokuwa nikitengeneza nakala hii kwa ajili ya kuchapisha, nilifikiria kufuta matangazo hayo mawili. Sikuweza hata kuyasoma bila kujishikilia na sikutaka wewe msomaji kujua jinsi nilivyoharibikiwa. Lakini unajua nini? Inafanyika. Wakati mwingine katika bidii yetu, tunazungumza maneno yasiyofaa. Naweza penda kusema ya kwamba haitafanyika tena, lakini siwezi; kwa sababu mimi ni binadamu.

Habari kubwa ni kwamba Mungu anahukumu moyo na kututunza tuzo ipasavyo. Alijua kwamba nilikuwa na nia nzuri wakati nilipofanya matangazo hayo na naamini anaendelea kuheshimu imani yangu, angalau ujinga na upotofu

Makosa hutufundisha mengi kuhusu Mungu na maisha. Nijifunza kuwa makini kuhusu kuisema, "Mungu alisema". Naweza sema ya kuwa kuanzia sasa nitakuwa sahihi? Bila shaka la! Lakini nitajaribu kwa uwezo wangu. Kumbuka ya kuwa... lengo letu ni kutembea karibu na Mungu, si ukamilifu.

Tafadhali ningependa kujua jinsi umebarikiwa kwa sababu ya kujisalimisha kufunga. Naweza kufikiwa katika tovuti: www.drcelesteowens.com au www.surrenderfast.com. Nakutakia kila la heri na mafanikio kutoka kwa Mungu katika kila eneo la maisha yako!

KUMHUSU CELESTE OWENS

Dk Celeste Owens amejitolea na kurutubisha maisha ya wengine. Dhamira yake ni kutia moyo na kuhamasisha kila mtu afanikiwe. Yeye anaamini kwamba kila mtu aliundwa kwa madhumuni maalum na ana uwezo wa kufanikiwa kupita kiasi. Uhamasa wa mbinu yake ya maisha na mafanikio kama mwanasaikolojia na mwandishi kumemfanya awe msemaji maarufu kwa vyombo vya serikali, makanisa, na mashirika ya kijamii.

Dk Celeste alianza kazi ya kuzungumza katika mwaka wa 2004 (elfu mbili na nne) kama mwanachama wa kitivo cha Chuo Kikuu cha eneo la Maria (Maryland) katika Baltimore. Leo, amepata heshima ya taifa na kujulikana kwa ajili ya maonyesho yake yanayochemsha bongo. Mtaalam wa ukuaji wa kibinafsi na maumivu/ majeraha ya akili, ameonekana kwenye runinga ya kebo na kuwa kipengele cha habari ya mtaa na taifa. Yeye ni mwandishi wa makini ambaye safu zake huonekana katika magazeti mbalimbali mtandaoni. Blogu yake *mwendo wa mafanikio mazuri* inapokea usomaji bora na mapitio ya watazamaji.

Elimu ya Dk Celeste ni pamoja na Shahada ya sanaa katika Saikolojia kutoka Chuo Kikuu cha New York katika Buffalo, Shahada kuu ya Sayansi katika Utumiaji wa Saikolojia ya ushauri kutoka Chuo Kikuu cha Baltimore na Uzamivu katika Saikolojia ya Ushauri kutoka Chuo Kikuu cha Pittsburgh.

Katika muda wake wa ziada, yeye hushiriki kikamilifu katika kanisa lake mtaani na huduma nyingine za mashirika mbalimbali ambako hupatiana muda wake na vipaji kwa ukarimu. Dk Celeste anaishi katika mazingira ya mji mkuu wa Washington ambapo matendo yake muhimu zaidi ni kuwa mke wa mume wake wa miaka zaidi ya 10 (kuni) na mama na watoto wao wawili wachanga.

www.ingramcontent.com/pod-product-compliance
Lightning Source LLC
LaVergne TN
LVHW051130080426
835510LV00018B/2340